ஒரே உரிமை

விந்தன்

Title: Orey Urimai

Author: Vindhan

Language: Tamil

First Published on: 1983

Year of Publication: 2024

Book Format: Paperback

*Page Size: 6inch * 9inch*

Category: Fiction

Subject: Short Stories

No. of pages: 154

ISBN: 978-81-983966-1-7

Published by: Nilan Publishers, Madurai, Tamilnadu, India

பொருளடக்கம்

குறிப்புகளுக்காக

முன்னுரை

'பொழுது' என்ற ஒன்று இருப்பதை என்றைக்கு மனிதன் தெரிந்து கொண்டானோ, அன்றைக்கே பொழுது போக்கும் வழிகளையும் தெரிந்து கொண்டான். கலை என்று சொல்லப்படுகின்றவையெல்லாம் முதலில் பொழுதுபோக்குக்காகத் தோன்றியவைகளே. கலைகளில் சிறந்த கதையும் இப்படித் தோன்றியதே. கதை சொல்லிக் குழந்தையைத் தூங்கவைக்கும் தாயார், கதை சொல்லிக் குழந்தையின் மனத்தைத் திருத்தி வாழ்க்கையைப் பண்படுத்தவும் முயல்வதுபோல், பொழுது போக்குக்காகத் தோன்றிய கலைகளையே வாழ்க்கைப் பண்பாட்டுக்காகவும் சான்றோர் கையாளத் தொடங்கினார்கள். அது முதற் கொண்டே, புற்றீசல் போல் பொழுது போக்குக்காகத் தோன்றிய கலைகள், விண்மீன்கள் போல் அழியாத வாழ்வு பெறலாயின. கல்லிலும் சொல்லிலும் பிறவற்றிலும் நிலைத்து நின்று தலைமுறை தலைமுறையாக நூற்றாண்டு நூற்றாண்டாக வாழ்வு பெற்றன.

சொல் வடிவாக வாழும் கலைகளுக்குத் தனிப்பட்ட பெரிய ஆற்றல் உண்டு. வாழ்வுக்காகக் கொண்ட வில்லையும், வாழ்க்கைப் பண்பாட்டுக்காகக் கொண்ட சொல்லையும் ஒப்பிட்டுத் திருவள்ளுவர் ஒரு சிறந்த உண்மையை உணர்த்துகிறார். வில்லைக் கருவியாகக் கொண்டவர்கள் பகையானாலும் கவலை இல்லை; சொல்லைக் கருவியாகக் கொண்டவர்களின் பகை பொல்லாதது என்கிறார்.

"வில்லே ருழவர் பகைகொளினும், கொள்ளற்க
சொல்லே குழவர் பகை"

என்று அறிவுரை கூறுகிறார். இந்த அறிவுரை அரசனுக்குக் கூறப்பட்டது என்று விட்டுவிடக் கூடாது. அரசன் என்று ஒருவன் இல்லாத குடியரசு முறைக்கும் இந்த அறிவுரை பொருந்தும். சமூகம்என்ற அமைப்புக்கும் இந்த அறிவுரை பொருத்தமுடையதே. கவிதையாலும் கதையாலும் கலைத்தொண்டு செய்யும் சொல்லாளரின்- எழுத்தாளரின்- பகையைக் கொண்ட அரசன் அழிவது போலவே, அவர்களின் பகையைத் தேடிக்கொண்ட சமூக அமைப்பும் அழியும். இன்றுள்ள சமூக அமைப்பு நீடிக்காது, விரைவில் மாறிவிடும் என்பதற்குச் சோதிடம் கேட்க வேண்டியதில்லை; சொல்லேருழவ ராகிய இன்றைய தமிழ் எழுத்தாளரின் கவிதைகளையும் கதைகளையும் படித்தால் போதும்; "திருவள்ளுவரின் அறிவுரையைக் கேட்டுத் திருந்தாத சமூக அமைப்பே! நீ நிலைகுலைந்து அழியப் போகிறாயே!" என்று இரக்கம் பிறக்கிறது.

"விந்தன்" எய்யும் சொல்லம்புகள் குறி தவறாமல் பாய்கின்றன. சமூகத்தை அவர் சிற்சில இடங்களில் தான் நேராகத் தாக்குகிறார். பல இடங்களில் அவர் அம்பு தொடுப்பதே இல்லை இன்றிருக்கும் நிலைமையை எடுத்துக் காட்டி, பேசாமல் கதை சொல்கிறார். அவர் படைக்கும் பாத்திரங்களும் பெரும்பாலும் 'அப்பாவி'களே. அவர்களுக்குச் சமூகத்தின்மேல் வயிற்றெரிச்சல் தோன்றுவதே இல்லை. ஆனால் நமக்கு மட்டும் வயிற்றெரிச்சல் தோன்றுகிறது; ஆத்திரம் பொங்குகிறது. நாயோடு போட்டி போட்டுப் பிழைக்கும் சோலையப்பன், மாம்பழம் விற்று வயிறு வளர்க்கும் அம்மாயி, விளக்கெண்ணெய் வியாபாரம் செய்யாத நாடார் கடை மாணிக்கம் பிள்ளை-இவர்களுடைய மனங்கள் எல்லாம் அமைதியான நல்ல மனங்கள். ஆனால் அவர்களைப் பற்றிப் படிக்கும் மனங்கள். புரட்சி மனங்களாக மாறுகின்றன.

சில இடங்களில் ஆசிரியர் கையாளும் உவமைகளும் சமூகக் கேட்டுக்குக் காரணமானவர்களை வம்புக்கு இழுப்பதைப் பாருங்கள் :

தேர்தலில் வெற்றி பெற்று அதிகாரத்துக்கு வந்து விட்டவர்களைப்போல், "போடா, போ!" என்று எரிச்சலுடன் அவனைப் பிடித்துத் தள்ளிவிட்டான் சங்கர்.

அவளைக் கண்டதும் அவன் முகம் மலர்ந்தது— சூரியனைக் கண்ட தாமரையைப்போல் அல்ல. சோற்றைக் கண்ட ஏழையைப் போல.

அவர் தம்முடைய காரியங்களை யெல்லாம் முடித்துக் கொண்டு நைவேத்தியத்துக்காகக் காத்துக் கொண்டிருக்கும் கல்லுப் பிள்ளையாரைப் போல உட்கார்ந்திருப்பார்.

***

ஆசிரியரின் கதைகளில் கறவை மாடு குடும்பத்துக்குக் 'கார்டியன்' ஆகிறது: கிளி 'கைது' செய்யப்படுகிறது: குப்பைத் தொட்டிக்கும் வேலைக்காரியின் வயிற்றுக்கும் உள்ள வேற்றுமை மறைந்து போகிறது; சந்தர்ப்பங்களைத் தானே ஏற்படுத்திக் கொள்வதில் தமிழ்நாட்டு 'மாமியார்' நெப்போலியனுக்கு நிகர் ஆகிறாள்; வாழ்வதற்காகப் பிரார்த்தனை செய்வதைவிடச் சாவதற்குப் பிரார்த்தனை செய்வது கட்டாயமாகிறது; கூடைக்காரியாக வியாபாரம் செய்கிறவள் அரிச்சந்திரனைப் பின்பற்ற விரும்பித் தோல்வி அடைந்த பின் புதிய வழி காண்கிறாள்.

பொருளாதார ஏற்றத் தாழ்வு என்ன என்ன தீமை செய்கிறது என்பதை ஆசிரியர் பல இடங்களில் படம் பிடித்துக் காட்டுகிறார். குழந்தைகளின் வாழ்க்கை முதல் காதலர்களின் வாழ்க்கை வரையில் எல்லோருடைய வாழ்க்கையையும்

பொருளாதார நிலைமை எப்படி எப்படி ஆட்டிவைக்கிறது என்பதை அவருடைய கதைகள் தெளிவாக்குகின்றன. காதல் எதன்மேல், எதுவரையில் என்றெல்லாம் கதைகள் விளக்குகின்றன. கவிதையிலே காவியத்திலே கதைகளிலே சாகாத காதல் வாழ்க்கையிலே பணப் போரில் சாவதை ஆசிரியர் எடுத்துக்காட்டுவது போற்றத்தக்கது. வாழ்க்கையில் உள்ள இத்தகைய உண்மைகளை மறைப்பது குற்றம் என்று ஆசிரியர் உணர்ந்து எழுதுவதற்காக, உலகம் அவருக்கு நன்றி கூற வேண்டும்.

இப்படிப்பட்ட சிறந்த கதைகளைத் தெளிவான எளிய தமிழில் உணர்ச்சி வேகத்துடன் எழுதிக் கலைத்தொண்டு புரியும் "விந்தன்" முயற்சி மேன் மேலும் வளரவேண்டும். அவர் ஓயாமல் படித்துவரும் இந்த 'உலகம்' என்னும் புத்தகம் நாள்தோறும் புதிய புதிய உண்மைகளை அவருக்கு உணர்த்திக்கொண்டே இருக்க வேண்டும்.

சென்னை,

2-1-'50 **மு. வரதராசன்**

1. ஒரே உரிமை

எங்கள் கிராமத்தில் எனக்குக் கொஞ்சம் நிலம் இருக்கிறது. சென்ற தை மாத அறுவடையின் போது நான் அங்கே போயிருந்தேன். வயலில் மும்முரமாக வேலை நடந்து கொண்டிருந்தது. களத்துமேட்டில் நின்றபடி நான் வேலையாட்களைக் கவனித்துக் கொண்டிருந்தேன். அவர்களில் ஒருவன் என் கவனத்தைக் கவர்ந்தான். அதற்கு முன்னால் அவனை எங்கேயோ பார்த்த மாதிரியிருந்தது— எங்கே பார்த்திருப்போம்?

ஆம், அந்தச் சம்பவம் என் நினைவுக்கு வந்துவிட்டது. அவன் பெயர் சோலையப்பன். சென்ற வருடம் சித்திரை மாதம் நான் கிராமத்துக்கு வந்திருந்தபோது, என் நண்பர் ஒருவரின் வீட்டில் தங்கியிருந்தேன். அவருடைய மனைவி யாருக்கு முன்யோசனையுடன் காரியம் செய்வதில் அலாதி ஆவல். புது இடம் என்பதற்காக நான் எங்கே கூச்சப்பட்டுக் கொண்டு கொஞ்சமாகச் சாப்பிட்டு விடப்போகிறேனோ என்று அந்த அம்மையார் எனக்கு முன் கூட்டியே இரண்டு வேளைக்கு ஆகக் கூடிய சாதத்தை ஒரே வேளையில் படைத்து விட்டார். நானும் என்னால் ஆனவரை 'ஒரு கை' பார்த்தேன்; என்ன பார்த்தும் என்னால் எல்லாவற்றையும் சாப்பிட்டுவிட முடியவில்லை. பாதிச் சாதம் அப்படியே மிஞ்சிப் போய் விட்டது. சொந்த வீடாயிருந்தால் கணவன் என்னதான் தீராத நோய்க்கு ஆளாகியிருந்தாலும் அவனுடைய எச்சில் சாதத்தைச் சாப்பிடுவது 'பதிவிரதாதர்ம'ங்களில் ஒன்று என்று நினைக்கும் அப்பாவி மனைவி ஒருத்தி இருப்பாள். விருந்துக்கு வந்த வீட்டில் அம்மாதிரி யார் இருக்கிறார்கள் ? ஆகவே நான் அந்த இலையைத் தூக்கிக் கொண்டு, நாயைத் தேடிக் கொண்டு தெருவை நோக்கி நடையைக் கட்டினேன்.

எனக்கு எதிரே வந்த நண்பரின் மனைவி, "என்ன காரியம் செய்து விட்டீர்கள்! உங்களை யார் இலையை எடுக்கச் சொன்னார்கள்"? என்று பதட்டத்துடன் கேட்டாள்.

அன்னதானம் செய்வதிலுள்ள புண்ணியமனைத்தும் எச்சில் இலையை எடுத்துப் போடுவதில்தான் அடங்கியிருக்கிறது என்பது அந்த அம்மாளின் நம்பிக்கை. என்னுடைய செய்கையால் அந்த மகத்தான புண்ணியம் தனக்குக் கிடைக்காமல் போய் விட்டதே என்பதில்தான் அந்த அம்மாளுக்கு எவ்வளவு வருத்தம்!

உண்டுண்டுறங்குவதேயல்லாது வேறொன்றும் கண்டிலாத அடியார்'கள், தங்களுக்கு இயற்கையாயுள்ள சோம்பேறித்தனத்தால் புண்ணியத்தைச் சாக்காக வைத்துக் கொண்டு, எச்சில் இலையை எடுத்துப் போடும் வேலையைக் கூட அன்னதானம் செய்பவர்கள் தலையிலேயே கட்டிவிட்ட தந்திரத்தை அந்த அம்மாள் இந்த 'அணுகுண்டு சகாப்'தத்தில் கூட அறியாமலிருந்தது எனக்கு ஆச்சரியமாய்த் தானிருந்தது.

என்னுடைய வியப்பை வெளியே காட்டி அந்த அம்மாளின் மனதைப் புண்படுத்த விரும்பாத நான், "பரவாயில்லை: இருக்கட்டும் அம்மா!" என்று சொல்லிச் சிரித்துக் கொண்டே தெருவுக்கு வந்தேன். என் கையிலிருந்த இலையைக் கண்டதும் சாலையோரத்தில் நின்று கொண்டிருந்த இரண்டு ஜீவன்கள் என்னை நோக்கி ஓட்டமாய் ஓடி வந்தன. அவற்றில் ஒன்று நாய்; இன்னொன்று பெயருக்கு 'மனித'னாகப் பிறந்திருந்த சோலையப்பன்.

"சாமி, சாமி! அந்த இலையை இப்படிக் கொடுங்க, சாமி! கீழே போட்டுடாதீங்க, சாமி! என்று கெஞ்சினான் அவன்.

அவனுக்குப் பக்கத்திலே நாய் வாயைப் பிளந்து கொண்டு, நாக்கை நீட்டிக் கொண்டு, வாலை ஆட்டிக் கொண்டு, என்ன நன்றியுடன் பார்த்துக்கொண்டு நின்றது.

அந்த நாயைப்போலவே அவனும் என்னை நன்றியுடன் பார்த்தான்; வாயைத் திறந்தான்; நாக்கை நீட்டினன். ஆனால் ஒரே ஒரு வித்தியாசம்; நாய் வாலை ஆட்டிற்று; அவன் ஆட்டவில்லை! — அதுகூட அவன் குற்றமில்லை; பகவானின் குற்றம். ஏனெனில் அவனுக்கு வால் வைக்காமற்போன 'கருணை' அந்தக் 'கருணைக் கட'லைச் சேர்ந்ததுதானே?

மனிதர்களுக்கு ஒரு விசித்திரமான மனோபாவம். என்னைப் போன்ற—அதாவது பணத்தைக் கொண்டு எந்த விதத்திலும் சாப்பாட்டுக்கு வசதி செய்து கொள்ளக் கூடியவர்களைக் கண்டால் அவர்கள் வருந்தி வருந்தி விருந்துக்கு அழைக்கிறார்கள்; மறுத்தால் அவர்களுக்குக் கோபம் கூட வந்துவிடுகிறது. ஆனால் இந்தச் 'சோலையப்பன்கள்'— அதாவது பணத்தைக்கொண்டு எந்த விதத்திலும் சாப்பாட்டுக்கு வசதி செய்து கொள்ள முடியாதவர்கள்— வலுவில் வாசலுக்கு வந்து ஒரு கை சோறு கேட்டால் கூட எரிந்து விழுகிறார்கள்! — ஏன் இப்படி?

அவனைக் கண்ட மாத்திரத்தில் இப்படியெல்லாம் அலை மோதிய என் உள்ளத்தை ஒருவாறு அடக்கிக்கொண்டு, "மனிதனாகப் பிறந்த உனக்குக் கேவலம் இந்த எச்சில் இலைக்காக நாயுடன் போட்டியிடுவதற்கு வெட்கமாயில்லையா?" என்று கேட்டேன்.

இந்தக் கேள்விக்கு நியாயமாகப் பதில் சொல்லியிருக்க வேண்டுமானால், "எனக்கு என்ன சாமி வெட்கம்? இதுக்காக வெட்கப்பட வேண்டியவங்க. ராசாங்கத்தாரு தானே?" என்று அவன் சொல்லியிருக்க வேண்டும். ஆனால் அவன் அவ்வாறு சொல்லவில்லை; "வெட்கப்பட்டா முடியுமா, சாமி! வயிறுன்னு ஒண்ணு இருக்குதே!" என்றான்.

"அதற்கு எங்கேயாவது போய் ஏதாவது வேலை செய்வது............!"

“கெடைச்சாத்தானே?”

“ஏன் கிடைக்காது?”

“அறுவடை காலமாயிருந்தா எங்கேயாச்சும் வேலை கிடைக்கும், சாமி! இப்பத்தான் வெய்யில் பட்டையை உரிக்குதுங்களே!”

“உனக்காக வருஷம் முந்நூற்று அறுபது நாளும் அறுவடை காலமாயிருக்குமா, என்ன? அறுவடை வேலை கிடைக்கும்போது அறுவடை வேலை செய்ய வேண்டும்; மற்ற சமயங்களில் கூலி வேலை, கீலி வேலை...........”

“கூலி வேலை தினம் தினமா கெடைக்குதுங்க? எப்பவோ ஒரு சமயம் கெடைக்கும். அப்போ செய்யறது தானுங்க எந்த வேலையும் கெடைக்காத போதுதான் இப்படி நாய்க்குப் போட்டியா வந்து நிக்கிறது !” என்றான் அவன்.

அத்துடன் என் வாய் அன்று அடைத்துப் போயிற்று. பேசாமல் அவன் ஏந்திய கையில் எட்டணாவை எடுத்துப் போட்டு ஏதாவது வாங்கித் தின்று பசியாறும்படி சொன்னேன். அதைப் பெற்றுக் கொண்டு அவன் போய்விட்டான். நான் கையிலிருந்த இலையை அந்த நாயின் முன்னால் எறிந்து விட்டு உள்ளே வந்தேன்.

***

இந்தச் சம்பவம் நினைவுக்கு வந்ததும், நான் சோலையப்பனின் பிற்கால வாழ்க்கையைப் பற்றிச் சிந்திக்கலானேன்.

“இந்த அறுவடை வேலை முடிந்ததும் அவன் வழக்கம் போல எச்சில் இலைக்கு நாயுடன் போட்டி போட வேண்டியதுதானா?” என்ற கேள்வி என் உள்ளத்தில் எழுந்தது.

“ஏன் இல்லை? அப்படிச் செய்தால் என்ன ?” என்று மறுகணம் என் வாய் முணுமுணுத்தது.

உடனே சோலையப்பனைக் கைதட்டிக் கூப்பிட்டு, “உனக்கு என்னைத் தெரிகிறதா ?” என்று கேட்டேன்.

அவன் ஒரு முறை என்னை உற்றுப் பார்த்து விட்டு “தெரிகிறதுங்க !” என்றான்.

“சாயந்திரம் வேலை முடிந்ததும் என்னை வந்து பார்க்கிறாயா ?"

“பார்க்கிறேனுங்க !”

“சரி, போ!” என்று சொல்லிவிட்டு நான் என்னுடைய நண்பரின் வீட்டுக்குத் திரும்பினேன்.

அன்று மாலை அவன் வந்தான்.

“என்ன, சோலையப்பா! உனக்குப் படிக்கத்தெரியுமா?” என்று கேட்டேன்.

“ஏதோ கொஞ்சந் தெரியுங்க; மதுரைவீரன் கதை, தேசிங்குராஜன் கதை—இதெல்லாம் படிப்பேனுங்க!”

“தேவலையே, அவ்வளவு தூரம் நீ படித்திருக்கிறாயா?”

“எல்லாம் அந்தக் காந்தி வாத்தியாரு புண்ணியமுங்க!”

“அது யார், காந்தி வாத்தியார்?”

“அவர் இப்போ செத்துப் பூட்டாரு! நல்லவரு, பாவம்! அவரு, காந்தி எங்க எனத்தவரை யெல்லாம் முன்னுக்குக் கொண்டாரச் சொல்றாருன்னு சேரிக்கு வந்து, எங்களுக்கெல்லாம் படிப்புச் சொல்லிக் கொடுப்பாருங்க! நாங்க அவரை ‘காந்தி வாத்தியாரு, காந்தி வாத்தியாரு’ன்னுதான் கூப்பிடுவோமுங்க!”

“ஓஹோ!-சரி, நான் ஒன்று சொல்கிறேன். கேட்கிறாயா?”

“கேட்காம என்னங்க?”

“இந்த அறுவடை வேலை முடிந்ததும் நீ வேலைவெட்டி கிடைக்கவில்லையே என்று பழையபடி எச்சில் இலைக்கு நாயுடன் வந்து நிற்காதே! நான் உனக்கு ஒரு கடை வைத்துத் தருகிறேன்.”

“என்ன கடைங்க?”

“ரொட்டி, மிட்டாய் எல்லாம் லாபத்துக்கு வாங்கி விற்கிறது.........”

“ஐயய்யோ! இதென்ன கூத்துங்க! எங்கேயாச்சும் பறப் பயல்.........”

“என்னடா, அப்படிச் சொல்கிறாயே! அதெல்லாம் அந்தக் காலம். இப்போது பார்த்தாயா, உங்களுக்குக் கோயிலைத் திறந்து விடுகிறார்கள்!”

“ஆமாம், ஆமாம். அன்னிக்குக் கூட அங்கே எங்கேயோ கோயிலைத் திறந்து விடறாங்கன்னு தர்ம கர்த்தா ஐயா வந்து என்னைக் கூப்பிட்டாரு. எப்பவோ ஒரு நாளைக்கு அபூர்வமாக் கெடச்ச வேலையை விட்டுட்டு நான் எங்கே கோயிலுக்குப் போறது, சாமி அந்த வேலையே எனக்கு

அப்போ 'சாமி' மாதிரி இருந்தது; தினந்தினம் அதன் 'தரிசனம்' கெடைச்சாத்தானே எங்க வயிற்றுக்குக் கஞ்சி? அதாலே இன்னொரு நாளைக்குக் கோயிலைப் பார்த்துக்கலாம்னு நான் போகலே!—அது சரி, சாமி! அதற்குத்தான் காந்தி என்னமோ சொன்னராமே......!"

"என்ன சொன்னாராம்?"

"ஹரிஜனங்களுக்குக் கோயிலைத் திறந்து விட்டா மட்டும் போதாது; இத்தனை நாளா அவங்களை ஒதுக்கி வச்ச ஒசந்த சாதியாரு இன்னும் அவங்களுக்கு எவ்வளவோ செய்யணும்னு!"

"அதற்காகத் தான் நான் உனக்கு இந்த உபகாரம் செய்கிறேன் என்கிறேன்......"

"என்னமோ செய்யுங்க, சாமி!"

"சரி, நான் பட்டணத்துக்குப் போகுமுன் உனக்கு அந்தக் கடையை வைத்துக் கொடுத்துவிட்டுப் போகிறேன், போ!" என்றேன்.

அவன் போய்விட்டான்.

***

சோலையப்பனுக்கு நான் அளித்த வாக்குறுதியை மறக்கவில்லை. எங்கள் கிராமத்துக்கு அடுத்தாற் போலிருந்த ஒரு சிற்றூர்க் கடை வீதியிலே ஒரு நல்ல இடத்தைத் தேடிப் பிடித்தேன். கண்ணாடி பீரோக்கள், குப்பிகள் முதலியவற்றை வாங்கிக் கடையை அழகாக அலங்கரித்தேன். ஒரு நூறு ரூபாய்க்குப் பட்டணத்திலிருந்து ரொட்டிகள், மிட்டாய்கள் எல்லாம் வாங்கி அவற்றில் அடுக்கினேன். 'சோலையப்பன் ரொட்டிக் கடை' என்று ஒரு பலகையில் எழுதி, கடையின்

வாசலில் தொங்க விட்டேன். பிறந்ததிலிருந்து சட்டையையே காணாத சோலையப்பனின் உடம்பையும் சட்டை தைத்துப் போட்டு மூடினேன். 'நாம் வாங்கிய சரக்குகளின் விலை இவ்வளவு, விற்க வேண்டிய விலை இவ்வளவு' என்று சொல்லிக் கொடுத்தேன். 'அப்பாடா! எப்படியோ அவன் விதியை மாற்றியமைத்து விட்டோம்' என்ற திருப்தியுடன் சென்னைக்குத் திரும்பினேன்.

என்னுடைய திருப்தி நெடுநாள் நீடித்திருக்கவில்லை. நான் ஊருக்குத் திரும்பிய இரண்டு வாரங்களுக்கெல்லாம் சோலையப்பனிடமிருந்து எனக்கு ஒரு கடிதம் வந்தது. அந்தக் கடிதத்தில், அவன் என்னை உடனே புறப்பட்டு வரும்படி எழுதியிருந்தான். அவனுடைய அவசர அழைப்பை ஏற்றுக் கொண்டு, நானும் அவசர அவசரமாகக் கிராமத்துக்குப் போய்ச் சேர்ந்தேன்.

முதலில் சோலையப்பனின் ரொட்டிக் கடைக்குத்தான் சென்றேன் என்று சொல்ல வேண்டியதில்லை. அந்தக் கடையைப் பார்த்ததும் எனக்குத் தூக்கி வாரிப் போட்டது. நான் வாங்கி வைத்துவிட்டுச் சென்ற ரொட்டிகள், மிட்டாய்கள் எல்லாம் அப்படி அப்படியே இருந்தன.

"என்ன, இத்தனை நாளாக ஒன்றுமே விற்க வில்லையா?" என்று கேட்டேன்.

"அது எப்படிங்க விற்கும்?"

"ஏன், இந்தக் கிராமத்தில் ரொட்டி, மிட்டாய் தின்பவர்கள் யாருமே இல்லையா?"

"இல்லாம என்னங்க? அதோ, அந்த முதலியாரு ரொட்டிக் கடை இருக்குதுங்களே, அதிலே தினம் தினம் எம்மா வியாபாரம் ஆவுது!"

"பின்னே என்ன? உன்னுடைய கடையிலே மட்டும் ஏன் வியாபாரம் ஆகவில்லை?"

"என்ன இருந்தாலும் நான் பறையன் பறையன் தானுங்களே? என் கடையிலே யாராச்சும் ரொட்டி, வாங்கணும்னா அவங்களும் பறையர்களாத்தானே இருக்கணும்? அவங்களுக்குத்தான் கூழுக்கே பஞ்சமாச்சுதுங்களே, அவங்க எங்கே ரொட்டி, கிட்டி வாங்கப் போறுங்க? வந்தா ஒசந்த சாதிக்காரருதான் வரணும். அவங்க எங்கிட்ட எங்கேயாச்சும் வருவாங்களா?—ஆனா, ஒண்ணு மட்டும் சொல்லணுங்க; அந்த மட்டும் அவங்க என் கடைக்கு வராம இருந்ததோடு நின்னாங்களே! 'பறப் பயலுக்கு இங்கே என்னடா ரொட்டிக் கடை?' ன்னு என்னையும் அடியா அடிச்சுப் போட்டு, இந்தக் கடையையும் காலி பண்ணாம இருந்தாங்களே, அதைச் சொல்லுங்க!"

"என்னடா, திருப்பித் திருப்பிப் பறையன், பறையன் என்கிறாயே?" என்று நான் அலுத்துக் கொண்டேன்.

"நானாங்க சொல்றேன்? ஊர் சொல்லுது, உலகம் சொல்லுதுங்க! இந்தப் பதினஞ்சு நாளா என் கடையை யாரும் எட்டிப் பார்க்காமலிருப்பதிலிருந்தே இது தெரியலங்களா?"

"சரி, அப்படியென்றால் நீ இப்பொழுது என்னதான் சொல்கிறாய்?"

"இது உங்க கடை; இதிலே போட்டிருக்கிற பணம் உங்க பணம். நீங்களே இந்தக் கடையை எடுத்துக்குங்கோன்னு சொல்றேன்!"

"இதென்னடா வேடிக்கையா யிருக்கிறதே! உனக்குத் தினசரி வேலை கிடைப்பதற்குத்தான் வழியில்லை; யாருடைய உதவியையாவது கொண்டு சொற்ப முதலில் ஒரு ரொட்டிக் கடை, மிட்டாய்க் கடை இப்படி ஏதாவது ஒன்றை வைத்துப்

பிழைத்துக் கொள்வதற்குக் கூடவா உனக்கு உரிமை இல்லை?"

"ஏதுங்க, யோசித்துப் பார்க்கப்போனா எனக்கு இருப்பது ஒரே உரிமைதானுங்களே?"

"அது என்னடா, ஒரே உரிமை?"

"வேறே என்னங்க, தற்கொலை செய்துகொள்ளும் உரிமை தானுங்க அது!" என்றான் அவன்.

அவன் கண்களில் நீர் சுரந்தது.

பாவம், அதற்குக் கூட உரிமை இல்லை என்னும் விஷயம் அவனைப் போன்ற அப்பாவிகளுக்கு எப்படித் தெரியும்?

2. அவள் என்னவானாள்?

ஏனோ தெரியவில்லை; கடந்த மூன்று மாத காலமாகக் கணத்துக்குக் கணம், “அவள் என்னவானாள், அவள் என்னவானாள்?” என்ற கேள்வி என் உள்ளத்தில் எழுந்த வண்ணம் இருக்கிறது.

என்ன காரணத்தினாலோ அவளிடம் என் உள்ளத்தைப் பறி கொடுத்து விட்ட நான், உண்ணாமல் உண்ணும் போதும், உறங்காமல் உறங்கும் போதும், தொழில் செய்யாமல் செய்யும்போதும் கூட அந்தக் கேள்வியையே மீண்டும் மீண்டும் கேட்டுக் கொள்கிறேன்—பதில்தான் இல்லை.

இத்தனைக்கும் அவள் தன் கடைசிக் கடிதத்தில்வெறும் கடிதத்தில் அல்ல; காதல் கடிதத்தில் தான்—அழுத்தந் திருத்தமாக எழுதியிருந்தாள்;

“...நான் கடிதம் எழுதக்கூடிய ஒரு நிலையிலிருந்து, மனமுமிருந்து, சந்தர்ப்பமும் வாய்த்தால் எழுதுவேன். அதுவரை என்னையோ என் கடிதத்தையோ எதிர்பார்த்து நீங்கள் ஏமாற்றமடைய வேண்டாம். நானும் தங்கள் கடிதத்தை எதிர்பார்க்கவில்லை......!”

ஆம், மலரையொத்த மனம் படைத்த ஒரு மாத ரசி, தன் மலர்க் கரத்தால், காதல் நிறைந்த உள்ளத்தில் கருணை சுரக்க அடியேனுக்கு எழுதிய வரிகள்தான் அவை!

அத்துடன் அவள் நிற்கவில்லை; போனாற் போகிற தென்று பின்வருமாறும் எழுதியிருந்தாள்;

“நீங்கள் தைரியமாக இருக்க வேண்டும்; தினசரி வேலைகளில் உற்சாகத்துடன் ஈடுபட வேண்டும்!”

எப்படியிருக்கிறது, கதை? முதல் வரியைப் படித்ததுமே நான் இறக்காமல் இறந்து விட்டேன். அதற்குப் பிறகு தான் அந்தக் காதலி தன் காதலனுக்குச் சொல்லுகிறாள்; அவன் தைரியமாக இருக்க வேண்டுமாம்; உற்சாகத்துடன் தன்னுடைய வேலைகளில் ஈடுபட வேண்டுமாம்!

அட, ஈஸ்வரா!

***

"பாலைவனம் போன்ற என் வாழ்க்கையில் தங்கள் கடிதங்கள் பசும் புற்றரைகளாகக் காட்சியளிக்கின்றன!" என்று அன்று எழுதியவளா இன்று இப்படி எழுதினாள்?

"தங்கள் கடிதத்தைக் கொண்டு வரும் தபாற்காரன் ஒரு நாளானது என்னைத் தேடி வருவதில்லை; நானேதான் அவனைத் தேடிக் கொண்டு போகிறேன்!" என்று அன்று எழுதியவளா இன்று இப்படி எழுதினாள்?

"எதையும் காலத்தோடு செய்வதுதான் நல்லது; காலங் கடந்து செய்வது நல்லதல்ல. முடிந்தால் உடனே கல்யாணத்துக்கு ஏற்பாடு செய்யுங்கள்; இல்லையேல் நாம் இருவரும் எங்கேயாவது ஓடிப் போவோம்!" என்று அன்று எழுதியவளா இன்று இப்படி எழுதினாள்?

"உணர்விழந்தேன்; உற்சாகமிழந்தேன்; உங்கள் நினைவால் உணவு செல்லாமலும் உறக்கம் கொள்ளாமலும் தவியாய்த் தவிக்கிறேன்!" என்று அன்று எழுதியவளா இன்று இப்படி எழுதினாள்?

"ஒன்று, நீங்கள் வேண்டும்; நீங்கள்தான் வேண்டும். இல்லை, காலன் வேண்டும்; காலன்தான் வேண்டும்!" என்று அன்று எழுதியவளா இன்று இப்படி எழுதினாள்?

என்னால் நம்பவே முடியவில்லையே!

***

"நான் கடிதம் எழுதக் கூடிய ஒரு நிலையிலிருந்து, மனமுமிருந்து, சந்தர்ப்பமும் வாய்த்தால் எழுதுவேன்......" என்றால் என்ன அர்த்தம்?

"இல்லையென்றால் எழுதமாட்டேன்!" என்று தானே அர்த்தம்?

"நான் கடிதம் எழுதக்கூடிய ஒரு நிலையிலிருந்து......"

இதென்ன வார்த்தை? கடிதம் எழுதக் கூடிய நிலையில் இல்லாமல் வேறு எந்த நிலையில் அவள் இருக்கிறாளோ?

ஒரு வேளை வேறு யாரையாவது கல்யாணம் செய்து கொள்ளும் நிலையில் இருக்கிறாளோ?

அப்படி நினைப்பதற்கும் அவள் இடம் கொடுத்திருக்க வில்லையே!

ஒரு சமயம் அவள் ஒரு வார காலமோ இரண்டு வார காலமோ, ஏதோ ஓர் ஊருக்குப் போய்த் தங்கியிருக்க வேண்டிய அவசியம் நேர்ந்தது. அப்போது எனக்கு அவள் என்ன எழுதியிருந்தாள், தெரியுமா? "உங்களை விட்டுவிட்டு வேறு யாரையாவது கல்யாணம் செய்து கொண்டுவிட ஓடுகிறேனே என்று நீங்கள் தயவு செய்து நினைத்துவிட வேண்டாம், அம்மாதிரி ஒருநாளும் நடக்கவே நடக்காது!" என்றல்லவா எழுதியிருந்தாள்?

அதுதான் போகட்டும்; அவள் மனத்துக்கு என்ன வந்தது? அந்தப் பாழும் மனம் எப்பொழுதும் என்னிடமே இருக்கிறதென்று அவளே எழுதியிருந்தாளே!—ஒரு வேளை

அதனாலேயே தன் மனம் இன்னும் தன்னை வந்து அடையவில்லை என்று அவள் அவ்வாறு எழுதியிருப்பாளோ?

கடைசியில், சந்தர்ப்பம் வாய்க்க வேண்டுமாம் சந்தர்ப்பம்! எந்தக் காதலர்களாவது எந்தச் சந்தர்ப்பத்தையாவது எதிர்பார்த்துக் கொண்டு எங்கேயாவது காத்திருப்பதுண்டோ?- அழகுதான்!

***

முதலிலேயே நான் அவள் மீது சந்தேகம் கொண்டதுண்டு. ஏன் தெரியுமா? அவளை நான் காதலிப்பதற்கு எத்தனையோ காரணங்கள் இருந்தன. முக்கியமாக, அவள் பெரும்பாலான பெண்களைப் போல என் உடலை மட்டும் வளர்க்கக் கூடியவளாயில்லை; உணர்ச்சியையும் வளர்க்கக் கூடியவளாயிருந்தாள்.

ஆனால் என்னை அவள் காதலிப்பதற்கு எந்த விதமான காரணமும் இருக்கவில்லை.

என்னிடம் அழகும் இல்லை; ஐசுவரியமும் இல்லை; பேரும் இல்லை; புகழும் இலலை.

“இவையெல்லாம் இல்லாத காதல் என்ன காதல்?” என்று ஒருநாள் அவளைக் கேட்டேன்.

அவள் சொன்னால், “அதுதான் நிஜக் காதல்!” என்று.

எனக்கு ஆச்சரியமாயிருந்தது. “இது நிஜமா?” என்று கேட்டேன்.

“நிஜம்தான்!” என்றாள்.

பின் அந்த நிஜக் காதலுக்கு இன்று ஏன் இந்த கதி?

இந்த விஷயத்தில் அவள் உலக வழக்கத்தையொட்டித் தன் பெற்றோரின் மீது பழியைச் சுமத்தி விட்டுத் தப்பித்துக் கொள்ளவும் முடியாது. ஏனெனில், அவளே தன் வீட்டுக்குச் சர்வாதிகாரி!

***

அடடா! கடந்த காலத்தைப் பற்றி இப்பொழுது கொஞ்சம் எண்ணிப் பார்த்தால் எல்லாம் ஒரே வேடிக்கையாயிருக்கிறது. ஏன், விநோதமாய்க் கூட இருக்கிறது!

இதெல்லாம் வெளியே சொல்லக் கூடாதவை, பரமரகசியமாக வைத்துக் கொள்ள வேண்டியவை யென்றாலும் இங்கே சொல்லத்தான வேண்டியிருக்கிறது. "மனைவி கிழித்த கோட்டைத் தாண்டாமலிருப்பது கணவனின் கடமை" என்பது இப்போதெல்லாம் எங்கும் வழக்கமாயிருந்து வருகிறதல்லவா? அந்த வழக்கம் எல்லோருடைய விஷயத்திலும் கல்யாணமான பிறகுதான் ஏற்படுகிறது. நான் என்னடாவென்றால் கல்யாணமாகு முன்பே அவள் கிழித்த கோட்டைத் தாண்டுவதில்லை!

இதைப் பார்க்கும்போது, "காதல், பெண்களைப் பலசாலிகளாக்கி விடுகிறது; ஆண்களைப் பலவீனர்களாக்கி விடுகிறது!" என்று யாரோ ஒரு புண்ணியவான் சொல்லியிருக்கிறானே, அது எவ்வளவு தூரம் உண்மையாயிருக்கிறது!

ஆனாலும் அவன் சொன்னதை உலகம் கேட்டதா? இல்லை; முக்கியமாக, ஆணுலகம் அதை லட்சியம் செய்யவேயில்லை. அது தன் பாட்டுக்குக் காதல் நாடகத்தில் ஈடுபட்டுத் தன்னை எவ்வளவுக் கெவ்வளவு பலவீனப் படுத்திக் கொள்ள

முடியுமோ, அவ்வளவுக்கவ்வளவு பலவீனப்படுத்திக் கொண்டு பாழாய்ப் போகிறது!

அதற்கேற்றாற் போல்தான் இந்தக் கவிஞர்கள், காவிய கர்த்தாக்கள், கதாசிரியர்கள் அத்தனை பேரும் இருக்கிறார்கள். அவர்கள் ஆண்களால் காதலிக்கப்பட்டுக் கைவிடப் பட்ட பெண்களுக்காகத்தான் கண்ணீர் வடிக்கிறார்களே தவிர, பெண்களால் காதலிக்கப்பட்டுக் கைவிடப்பட்ட ஆண்களுக்காகக் கண்ணீர் வடிப்பதேயில்லை!

ஏன் இந்தப் பாரபட்சமோ?

***

இப்பொழுது நான் என்ன புலம்பி என்ன பயன்? அவளோ என்னை அறவே மறந்து விட்டாள்; நான்தான் அவளை மறக்க முடியாமல் தவித்துக் கொண்டிருக்கிறேன். என்னை ஆதரித்து எழுத இந்தப் பரந்த உலகில் ஒரு கவிஞன் இல்லை; காவியகர்த்தா இல்லை; கதாசிரியனும் இல்லவேயில்லை!

இதோ, கதிரவனும் அவளைப்போல் மேல் வானத்தில் மறைந்துவிட்டான். நான் கடற்கரையில் உட்கார்ந்து கொண்டிருக்கிறேன். என்னுடைய கண்கள் வழக்கம்போல் பார்க்குமிடமெல்லாம் அவளைத் தேடிக் கொண்டிருக்கின்றன. மனமும், "அவள் என்னவானாள், அவள் என்னவானாள்?" என்று நிமிஷத்துக்கு நிமிஷம் எண்ணமிட்டுக் கொண்டேயிருக்கிறது.

வான முகட்டை எட்டிப் பிடிக்கக் கடல் அலைகள் ஓயாமல் ஒழியாமல் முயன்று கொண்டிருக்கின்றன வல்லவா? அவற்றைப் போல் நானும் அவளைத் தேடிப் பிடிக்க முயன்று கொண்டிருக்கிறேன்.

பாவம், அந்த அலைகளுக்கு என்றும் வெற்றிகிட்டப் போவதில்லை என்பது நிச்சயம். என்னுடைய முயற்சியும் அப்படித்தான் முடியுமோ?

பின் ஏன் இந்த விபரீத சந்தேகம் என்றுமில்லாதபடி என் உள்ளத்தில் எழுகிறது?

"ஒருவேளை அவள் செத்துத்தான் போயிருப்பாளோ?" இப்படி எண்ணியதுதான் தாமதம்; "இல்லை; அவள் சாகவில்லை......!" என்கிறது எங்கிருந்தோ வரும் ஒரு குரல்.

திரும்பிப் பார்க்கிறேன்; என்ன விந்தை இது! மூன்று மாதங்களுக்குப் பிறகு — இல்லை, மூன்று வருடங்களுக்குப் பிறகு—இல்லையில்லை, மூன்று யுகங்களுக்குப் பிறகு — அதோ, என் கண்ணில் படுகிறாளே, அவள் யார்?

அவள் அவளேதானா? — ஆம், சந்தேகமேயில்லை; அவள் அவளேதான்!

அவளுடன் செல்பவன் — அவள் சகோதரனாயிருப்பானோ?— இருக்கவேயிருக்காது! — அவ்வளவு லாவகமாக இடையில் கை கொடுத்து அவளை அணைத்துக் கொண்டு செல்லும் அவன், அவள் கணவனைத் தவிர வேறு யாராயிருக்க முடியும்?

அவ்வளவுதான்; என் தலை சுழல்கிறது; 'கலகல'வென்ற சிரிப்பொலி காற்றில் மிதந்து வந்து என் காதில் விழுகிறது; நான் வெறித்துப் பார்க்கிறேன் — அவர்கள் இருவரும் ஏதோ பேசிக் கொண்டும் சிரித்துக் கொண்டும் செல்கிறார்கள்!

"சரி, இனி நம்மைப் பொறுத்தவரையில் அவள் செத்தவளாகத்தான் ஆகிவிட்டாள்!" என்று ஏங்குகிறது என் அப்பாவி மனம்.

மீண்டும் அதே குரல்; "இல்லை; அவள் சாகவேயில்லை!" என்று சாதிக்கிறது.

எனக்கு ஆத்திரம் பொத்துக்கொண்டு வருகிறது. "பின் யார் செத்தது? நானா செத்துவிட்டேன்?" என்று கத்துகிறேன்.

"நீயும் சாகவில்லை!" என்று அந்தக் குரல் முன்னைவிட உரத்த குரலில் கத்துகிறது.

நான் மிரண்டு போய், "பின் யார்தான் செத்தது?" என்று கேட்கிறேன்.

"காதல் செத்தது!"

"அதற்குச் சாவேயில்லை என்கிறார்களே!"

"உண்மை, கவிதையிலே, காவியத்திலே, கதையிலே அதற்குச் சாவே யில்லைதான்! ஆனால், வாழ்க்கையில் எதற்கும் பிறப்பும் இறப்பும் உள்ளதுபோல அதற்கும் உண்டு" என்கிறது அந்தக் குரல்!

நீங்கள் அதை மறுக்கிறீர்களா?

3. கதவு திறந்தது

டாக்டர் ரங்கராவ் அந்த ஆஸ்பத்திரியில் வேலைக்கு அமர்ந்ததிலிருந்து இதுவரை எத்தனையோ பிரேதங்களைப் பரிசோதித்திருக்கிறார். ஆனால் அன்றைய தினம் பரிசோதனைக்கு வந்த பிரேதத்தைப் பார்த்ததும் ஏற்பட்ட அதிர்ச்சியும் அனுதாபமும் என்றுமே அவருக்கு ஏற்பட்டதில்லை.

ஏன்?

அவருடைய உள்ளமறிந்த ஒரு ஜீவனின் பிரேதமாயிருந்தது அது!

அவன் எப்படி இறந்தான்?

'போலீஸ் ரிப்போர்ட்' அவருக்குப் பதில் சொல்லிற்று;

வழி நடைப் பாதையிலே, கொட்டும் மழையிலே, குளிரிலே அவன் விறைத்துக் கிடந்தான் என்று!

அவன் யார்?

***

அரசியல் கொந்தளிப்பில் குதித்து அதிகார வர்க்கத்துடன் போராடி அம்பலத்துக்கு வந்தவனல்ல; பேரும் புகழும் பெற்ற பிரமுகனல்ல; காரிருளில் ஒரு மின்னல்போல் கலைவானில் தோன்றி மறைந்த கலைஞனுமல்ல; சர்வ சாதாரணமான தொழிலாளி! — குழந்தைகள் மாம்பழத்தைச் சப்புக் கொட்டித் தின்றுவிட்டுக் கொட்டையை வீசி எறிந்து விடுவதுபோல, முதலாளிகள் அவனுடைய இரத்தத்தை உறிஞ்சிவிட்டுத் தள்ளி விட்டார்கள்!

பார்க்கப் போனால் அந்த முறையில் அறிமுகப்படுத்துவதற்குக் கூட அவன் அருகதையற்றவன். தொழிலாளிகளுக்காவது வேலை செய்வதற்கென்று ஓர் இடமுண்டு; அவர்களுடைய வேலைக்குக் கூலியும் இவ்வளவுதான் என்று நிச்சயமாக உண்டு; வசதியுடனோ, வசதியில்லாமலோ அவர்கள் வசிப்பதற்கென்று வாடகைக்காவது ஒரு சின்னஞ் சிறு அறை உண்டு; உணவும் உயிர் போகாமலிருப்பதற்காவது ஓரளவு உண்டு. ஆனால் அவனுக்கோ?

இந்த உலகத்தில் எதுவுமே நிச்சயமில்லை!

ஆம்; இந்த உலகத்தில் யாருக்குமே எதுவுமே நிச்சயமில்லைதான்; அப்படித்தான் வேதாந்திகள் சொல்லுகிறார்கள்.

ஆனால், அந்த வேதாந்திகள் தங்குவதற்கு மட்டும் சகல சௌகரியங்களும் பொருந்திய எத்தனையோ மடங்கள் சர்வ நிச்சயமாக இருக்கின்றன; சாப்பாட்டு விஷயத்திலோ சாம்ராஜ்யாதிபதிகள் கூட அவர்களிடம் பிச்சை எடுக்கவேண்டும்!

இத்தனைக்கும் அத்தனை சௌகரியமான வாழ்க்கைக்கு அவர்களுடைய உடலும் ஊனும் அணுவளவாவது தேய்வதில்லை; உள்ளம் நொந்து உயிரும் ஓரளவாவது ஒடுங்குவதில்லை.

மோட்ச சாம்ராஜ்யத்தில் தாங்கள் வகிக்கப் போகும் பதவிக்காக, முன் கூட்டியே அவர்களுக்குக் காணிக்கை என்ற பெயரால் லஞ்சம் கொடுத்துவைக்கும் மகானுபாவர்கள் எத்தனையோ பேர் இருக்கும்போது, அந்த வேதாந்திகளுக்கு இந்த அநித்தியமான உலகத்தில் எதைப் பற்றித்தான் என்ன கவலை?

ஆனால், மேற்கூறிய அந்தப் பரிதாப ஜீவனுக்கோ?—

எத்தனையோ கவலைகள்!

விடிந்தால் வேலை கிடைக்குமா என்று கவலை; வேலை கிடைத்தால் கூலி கிடைக்குமா என்று கவலை; கூலி கிடைத்தால் சோறு கிடைக்குமா என்று கவலை; அதுவும் கிடைத்தால் 'அப்பாடி!' என்று சற்று நேரம் விழுந்து கிடக்க எங்கேயாவது கொஞ்சம் இடம் கிடைக்குமா என்று கவலை.

ஆம்; அவனுடைய வாழ்க்கை அந்த லட்சணத்தில் தான் இருந்தது. "குடை ரிப்பேர், குடை ரிப்பேர்!" என்று தெருத் தெருவாய்க் கூவிக்கொண்டு போவான்; கூப்பிட்ட வீட்டுக்குள் நுழைவான்; கொடுத்த வேலையைச் செய்வான்; "கூலி என்னடா வேண்டும்?" என்றால், "கொடுக்கிறதைக் கொடுங்க, சாமி!" என்பான்.

சிலரிடம் அவன் வேலை செய்த கூலிக்காக வம்புக்கு நிற்பதும் உண்டு; மல்லுக்கு நிற்பதும் உண்டு; எப்படித்தான் நின்றாலும் ஏமாந்து வருவதும்.

கிடைத்த காசுக்கு ஏற்றவாறு அவன் தானே சமைத்துச் சாப்பிடுவது வழக்கம். எங்கே?-வீதியோரங்களில் இருக்கும் நடைப்பாதையிலே!

ஆம்; தீயர்கள், திருடர்கள், தீராத நோயாளிகள், திக்கற்றவர்கள் இவர்களின் மத்தியிலே உழைப்பாளியான அவனும் உயிருக்கு மன்றாடிக் கொண்டு வாழ்ந்து வந்தான்.

வயிற்றுப் பிழைப்பையொட்டி அவன் வழக்கம் போல் வீதிகளில் பவனி வரும்போது, சில வீடுகளின் முன்சுவரில் பின் வருபவை போன்ற கல்வெட்டுக்கள் காட்சியளிக்கும்;

"1930 ஸ்ரீ மேமீ 7உ மொட்டையம்மன் தேவஸ் தானத்துக்கு முல்லைவனம் ஜமீன்தார் ஸ்ரீ முருகேச முதலியார் பாரியாள் ஸ்ரீமதி முத்தம்மாள் எழுதிவைத்த வீடு."

இந்தக் கல்வெட்டுக்களைப் படிக்கும்போது, 'ஆதியும் அந்தமும் இல்லாத ஆண்டவனுக்கு இந்த வீடு என்னத்துக்கு வாசல்தான் எள்னத்துக்கு?" என்று அவன் நினைத்துக் கொள்வானோ என்னமோ, தன்னையும் அறியாமல் சிரித்து விடுவான் !

***

ஒரு நாள் வழக்கம்போல் தான் தங்கியிருக்கும் வழி நடைப் பாதையிலே, படுப்பதற்காகப் பழைய கோணிக் கந்தையொன்றை உதறிப்போட்டுக் கொண்டிருந்தான் குப்புசாமி.

வானத்தில் சந்திரன் இல்லை; வீதிகளில் விளக்குகளும் இல்லை.

ஏற்கெனவே அவனுக்கு இரண்டு நாட்களாகக் காய்ச்சல். சர்க்கார் ஆஸ்பத்திரிகளில் 'மிக்சர்' என்று சொல்லி அனாயாசமாக ஊற்றிக் கொடுக்கும் 'வர்ணத் தண்ணீ'ரை வாங்கிக் குடித்துக் கொண்டிருந்தான். குணம் தான் அவன் உயிரோடு இருக்கும் வரை தெரியப் போவதில்லையே!

இந்த அழகில்தான் அன்று காற்றும் மழையும் கலந்தடித்தது. மனிதர்களைப் போல் தன்னை வஞ்சிக்காத காற்று, மழையின் கருணையை எண்ணி அவன் மகிழ முடியுமா? வேதனையுடன் விழுந்தடித்துக் கொண்டு ஓடினான், வீடு வீடாகச் சென்று எட்டிப் பார்த்தான். படியில், நடையில், வழியில், வராந்தாவில்-எந்த மூலையிலாவது கொஞ்சம் இடம் கிடைக்குமா என்று தான்!

“அம்மா!”, “ஐயா!” என்று வாசலில் நின்றபடி அவன் கத்தினான். அவனுடைய கதறலைக் கேட்டு “ஐயோ!” என்று இரங்குவாரில்லை; “வா!” என்று வழி விடுவாரில்லை.

எத்தனையோ ஓட்டுத் திண்ணைகள் அவனை “வா வா!” என்று அழைப்பது போலிருந்தன; ஆனால் வாசற் கதவுகள் வழி மறித்து நின்றன.

அங்கு மிங்குமாக அலைந்து அலுத்துப்போன பிறகு; அருகிலிருந்த ஒரு வீட்டின் கதவைப் பலமாகத் தட்டினான் அவன்.

அந்த வீட்டுக்காரர்தான் டாக்டர் ரங்கராவ், “யாரப்பா, அது?” என்று சாவதானமாகக் கேட்டார் அவர்.

“நான்தான் குப்புசாமிங்க!”

டாக்டருக்குச் சிரிப்புப் பொத்துக் கொண்டு வந்தது. “என்னடா, உன்னையும் ஆட்லி, ட்ரூமன் மாதிரி உலகமே அறிந்திருக்குமென்று நினைத்துக் கொண்டாயா?” என்று கேட்டார் படுக்கையில் கிடந்தபடியே.

“நான் ஏன் சாமி, அப்படியெல்லாம் நினைச்சிக்கிறேன்? வெளியே காத்தும் மழையும் கலந்தடிக்குது; உங்க வீட்டுத் திண்ணையிலே கொஞ்சம் இடம் கொடுத்தீங்கன்னா, இராப்பொழுதைக் கழிச்சுடுவேன்!” என்றான் குப்புசாமி.

இப்பொழுதுதான் டாக்டருக்கு விஷயம் விளங்கிற்று. உடனே அவர், “என்னடா, இது சத்திரமா?” என்று உறுமினார்.

“நிஜத்தைச் சொல்லப் போனா சத்திரந்தானே, சாமி! இருக்கிற வரை தானே இந்த வீடு வாசல் எல்லாம்......” என்று தனக்குத் தெரிந்த வேதாந்தத்தை அவருக்குப் போதிக்க ஆரம்பித்தான் குப்புசாமி.

அவ்வளவுதான்; அடுத்த நிமிஷம் சாத்தியிருந்த கதவு ‘தடா’ ரென்று திறந்தது. வராந்தாவிலிருந்த மின்சார விளக்கு ‘குப்’ பென்று எரிந்தது. பசியால் வாடி, மழையால் நனைந்து, குளிரால் நடுங்கி நின்ற குப்புசாமியின் தோற்றம் கூட ஏனோ டாக்டர் ரங்கராவின் ஆத்திரத்தை அடக்கவில்லை. “அவ்வளவு திமிரா, உனக்கு?” என்று சீறிக்கொண்டே அவர் வாயு வேகத்தில் அவனுடைய கழுத்தில் கையை வைத்தார்; அடுத்த கணம் கொட்டும் மழையில் அவன் குப்புற விழுந்தான்.

அதற்குப் பிறகு கதவைப் ‘படா’ ரென்று சாத்திய சத்தமும், விளக்கை ‘டக்’ கென்று அணைத்த ஓசையும் கேட்கும் வரை தான் அவனுடைய உடம்பில் உயிர் இருந்தது.

***

இந்தச் சம்பவம் டாக்டர் ரங்கராவின் நினைவுக்கு வந்ததும் அவருடைய உள்ளம் பதைந்தது ; தியாயத்துக்கு விரோதமாகத் தம்முடைய தீர்ப்பில் ‘இயற்கை மரணம்’ என்று எழுதும்போது அவருடைய மனச்சாட்சி அவரை வதைத்தது.

அந்த வேதனையுடன் அவர் யந்திரம்போல் தம்முடைய வேலைகளை அன்று எப்படியோ கவனித்து விட்டு வீடு திரும்பினார்.

அன்றிரவு அடாத மழை பெய்தது.

முன்னிரவு நடந்ததுபோல் அன்றிரவும் இரண்டொரு நடைப் பாதை வாசிகள் வந்து அவருடைய வீட்டுக் கதவை இடித்தனர்.

என்ன விந்தை இது! இன்று அவருக்கு ஆத்திரம் பொத்துக் கொண்டு வரவில்லை; அமைதியுடன் எழுந்து வந்தார்.

அடுத்த நிமிஷம்.........கதவு திறந்தது!

4. மாட்டுத் தொழுவம்

அதிகார பூர்வமான சட்ட திட்டங்களால் மனித வர்க்கத்தை அடக்கி ஆண்டுவிட முடியும் என்று நம்புவது அறியாமை. மனிதன் நினைத்தால் அந்தச் சட்ட திட்டங்களை மீறிவிட முடியும். ஆனால் அன்பின் ஆக்கினைகளை மீறுவதற்கு மனிதன் சக்தியற்றவன். ஆகையால்தான் நமது நாட்டில் அவ்வப்பொழுது தோன்றி மறைந்த மகான்கள், 'அன்பே ஆண்டவன்' என்று கூறியிருக்கிறார்கள். வாழ்க்கையில் அன்புக்கு இடமில்லையென்றால் இன்பத்துக்கு இடம் ஏது?

அனைவரும் பொதுவாக அன்பில்தான் பிறக்கிறோம்; அன்பில்தான் வளர்கிறோம். ஆனால் எல்லோருமே அன்பில் வாழ முடிகிறதா? இல்லை. அப்படி வாழ முடியாத தரித்திர தேவதைகளில் நானும் ஒருத்தி.

பாவாடை கட்டி நான் எல்லோரும் பார்க்கக் கூடிய பாலகியா யிருந்தபோது அன்பைக் கண்டேன். அந்த அன்பின் காரணமாகப் பலவிதமான ஆடை அணிகளை அணிந்து பார்த்தேன்; விதவிதமான பட்சணம் பழ வகைகளைத் தின்று பார்த்தேன்; அழகான பொம்மைகளுடன் ஆடிக் களித்தேன். அப்பாவின் அருமைப் பெண்ணாயிருந்து, அம்மாவின் கொஞ்சும் கிளியாயிருந்து எத்தனையோ ஆடல் பாடல்களைப் பார்த்தும் கேட்டும் அனுபவித்தேன். ஆனால் இன்றோ?

அந்தக் காலம் மலையேறி விட்டது, எத்தனையோ நாட்கள் என்னை யாரும் பார்க்கமுடியாத இருட்டறையில் இருந்த பிறகு, கடைசியில் ஒரு நாள் அவர் வந்தார். அவருடன் சில 'தரகர்'களும் வந்திருந்தனர். 'தரகர்கள்' என்றால் இங்கே நிஜத் தரகர்கள் என்று அர்த்தமில்லை! எல்லாம் அவருடைய உற்றார், உறவினர்தான். ஏதாவது ஆடு, மாடு வாங்கும்போது பேரம் நடக்கும் பாருங்கள், அதே மாதிரிதான் ஏறக்குறைய

என்னுடைய கல்யாணப் பேச்சும் நடந்தது. பேரமெல்லாம் ஒருவாறு பேசி முடித்தார்கள்; ஒரு நாளையும் குறிப்பிட்டு வைத்தார்கள். அன்று இரு வீட்டாருமாகச் சேர்ந்து ஊரார், உறவினரைக் கூட்டினார்கள். நான் கழுத்தைக் குனிந்து கொடுத்தேன்; அவர் தாலியைக் கட்டி வைத்தார். அவ்வளவுதான்; அன்றைய தினத்திலிருந்து நான் அவருடைய ஏகபோக உரிமைப் பொருளாக ஆகிவிட்டேன்.

அதாவது, அவர் இனி என்ன என்ன செய்தாலும் சரி; 'கல்லென்றாலும் கணவன், புல்லென்றாலும் புருஷன்!'

ஆனால் இந்த நியாயம் அவருக்கு மட்டும்தான்; எனக்குக் கிடையவே கிடையாது-சமுதாயத்தின் சட்ட திட்டப்படி!

***

தெரிந்த ஊரை விட்டு, பிறந்த வீட்டைவிட்டு, பெற்ற தாயைவிட்டு, வளர்த்த தந்தையை விட்டு, தெரியாத ஊருக்குள் நுழைந்தேன்; பிறக்காத வீட்டுக்குள் புகுந்தேன். பெற்ற தாயின் பரிவுக்குப் பதில் வாய்த்த மாமியின் கொடுமையைக் கண்டேன்; என்னை வீட்டுக் காரியம் செய்ய விடாத தந்தைக்குப் பதில் எடுத்ததற்கெல்லாம் என்னையே காரியம் செய்யவிடும் மாமனாரைக் கண்டேன்.

இவர்கள் மட்டுமா? தினந்தோறும் காலை இரண்டு மணிக்கே எழுந்து நான் அடுப்பைக் கட்டிக் தொண்டு அழ வேண்டுமென்பதற்காக, அடுத்த ஊரிலுள்ள கலாசாலையில் படிக்கும் இரண்டு மைத்துனன்மார் எனக்கு இருந்தனர். மாமியார் தினசரி என்னுடன் மல்லுக்கு நிற்பதற்குச் சந்தர்ப்பம் ஏற்படுத்திக் கொடுப்பதற்காக ஒரு மைத்துனியும் இருந்தாள். அவள் பெயர் மாலினி, பெயரில் இருக்கும் இனிமை சுபாவத்தில் கிடையாது. மாடும் ஒன்று இருந்தது, தினசரி இரண்டு வேளையும் பால் மட்டும் கறந்து கொடுத்து

விட்டுச் செல்வதற்காக ஒரு வேலைக்காரனும் இருந்தான். மற்ற வேலைகளுக்குத்தான் நான் ஒருத்தி இருக்கிறேனே!

ஆனால், அவர் மட்டும் என்னிடம் அன்பாயிருந்திருந்தால் இத்தனை துன்பங்களும் என்னை ஒன்றும் பாதித்திருக்காது; பாதித்திருக்கவும் முடியாது.

அதுதான் இல்லை; அவருடைய சுபாவமே அலாதியாயிருந்தது. அவரைப்போல் இந்த உலகத்தில் வேறு யாராவது இருப்பார்களோ, இருக்கமாட்டார்களோ—எனக்குத் தெரியாது. ஆனால் அவர் மட்டும் அப்படியிருந்தது உண்மை.

தனக்கு ஏதாவது காரியம் ஆகவேண்டியிருக்கும்போது தான் அவர் என்னுடன் பேசுவார். அப்படிப் பேசும் போதும் அவருடைய பேச்சில் அன்பைக் காண முடியாது; அதிகாரத்தைத்தான் காணமுடியும்.

என்னுடைய பேதை உள்ளம் அவருடன் எப்பொழுதும் பேசிக்கொண்டிருக்க வேண்டுமென்று துடியாய்த் துடிக்கும். என்னலானவரை அந்த ஆசையை அடக்கிக்கொள்ள முயல்வேன். ஆனாலும் இரண்டு துளிக் கண்ணீராவது சிந்தாமற் போனால் அந்தப் பாழும் ஆசை அடங்குவதேயில்லை.

நினைத்த போதெல்லாம் அவர் வெளியே போவதற்குக் கிளம்புவார். அப்பொழுது எனக்கும் ஏனோ அவருடன் போக வேண்டுமென்ற ஆசை தோன்றும். அத்துடன் அவர் 'எங்கே போகிறார்?' என்பதைத் தெரிந்துகொள்ள வேண்டுமென்ற ஆவல் என் உள்ளத்தை அரிக்கும். என்னையும் அறியாமல் பொங்கி வரும் மகிழ்ச்சியுடன், "வெகு தூரமோ?" என்று கேட்டுவிடுவேன்.

அவ்வளவுதான்; அவர் முகம் அனலைக் கக்கும். "உன்னிடம் சொல்லிக் கொண்டுதான் போக வேண்டுமோ?" என்று சீறி

விழுவார். அப்பொழுது என் முகம் எப்படி இருந்திருக்குமென்று இப்பொழுது உங்கள் கற்பனையில் தோன்றுகிறதல்லவா?—பார்த்துக் கொள்ளுங்கள்.

எப்பொழுதாவது ஒரு சமயம் அவர் நேரம் போவதே தெரியாமல் காப்பி கேட்காமலே இருந்து விடுவார். நானே எடுத்துக்கொண்டு போவேன். அப்பொழுது அவர் என்ன சொல்வார் தெரியுமா? "ஏன், மாலினி இல்லையா? எதற்காக நீ எடுத்துக் கொண்டு வந்தாய்? இப்பொழுது நான் உன்னுடைய அழகை அவசியம் பார்க்க வேண்டுமாக்கும்!" என்பார்.

இதை அவர் அலட்சியமாகத் தான் சொல்வார். ஆனால் அது என்னை எவ்வளவு தூரம் வேதனைக்கு உள்ளாக்கி விடுகிறதென்பதை அந்தப் புண்ணியவான் அறிவதேயில்லை.

இப்படித்தான் சொல்கிறாரே, நாமே எதற்காக எடுத்துக்கொண்டு போவது என்று பேசாமலிருந்து விட்டாலோ, "தங்களைக் கேட்டால்தான் கொடுக்க வேண்டுமோ!" என்பார் எகத்தாளமாக.

எப்படி வேடிக்கை?

கடைசியில் இன்னும் ஒரே ஒரு விஷயத்தை மட்டும் நான் இங்கே ஓரளவு வெட்கத்தை விட்டுச் சொல்லத்தான் வேண்டும். அது இதுதான்:—

இரவில் அவர் படுக்கையறைக்குள் நுழைந்ததும் நான் பாலை எடுத்துக் கொண்டு பின்னால் செல்வேன். பாலை மேஜையின் மேல் வைத்துவிட்டு, வழக்கம்போல் அடுத்த அறையில் தனியே படுத்துக் கொள்வதற்காகத் திரும்புவேன். எப்பொழுதாவது ஒரு நாள், "என்ன அவ்வளவு அவசரம்?" என்பார் அவர்—அதுவும் அன்புடன் அல்ல; அதிகாரத்துடன்தான்!

இந்த அழகான கேள்வியின் அர்த்தம், நான் அவருடன் கொஞ்ச நேரம் இருக்கவேண்டும் என்பதுதான்.

குறிப்பறிந்து நானும் என்னையறியாத நடுக்கத்துடனும் பயத்துடனும் அவரை நெருங்குவேன்...

இப்படிப்பட்ட வாழ்க்கையில்தான் நான் இன்று இரண்டு பிள்ளைகளுக்குத் தாயாராக விளங்குகிறேன்.

இவ்வளவு துன்பங்களையும் நான் எதற்காகச் சகித்துக் கொண்டிருக்க வேண்டும்?

வயிற்றுச் சோற்றுக்காகவா?

இல்லை; அதைப்பற்றி நாய்கூடக் கவலைப்படுவதாகத் தெரியவில்லை. பின் எதற்காக? "பெண்ணாய்ப் பிறந்ததற்காக !"

***

வீட்டில் அவர் வைத்ததுதான் சட்டம். ஆனால் அவருடைய சட்டதிட்டங்கள் என்னைத் தவிர வேறு யாரையும் கட்டுப்படுத்தாது. அவர் வீட்டில் இல்லாத வேளையில் அவருடைய சட்டதிட்டங்களை அமுல் நடத்தி வைக்கவும், அவசியமானால் அவசரச் சட்டங்கள் போடவும் என் மாமியார் இருந்தாள். நான் எந்த மாதிரிப் புடவைக் கட்டுவது, எந்த மாதிரி ரவிக்கை போடுவது என்பதுபோன்ற விஷயங்களில்கூட என் மாமியாரின் சட்டதிட்டங்கள்தான் செல்லும் என்றால் பார்த்துக்கொள்ளுங்களேன்.

அவளுடைய குண விசேஷத்தைப் பற்றி ஒரே ஒரு வார்த்தையில் சொல்லிவிடலாம். அதாவது, அவர் என்னை எவ்வளவுக் கெவ்வளவு படுத்துகிறாரோ, அவ்வளவுக்கவ்வளவு அவளுக்குத் திருப்தி! — அவளுடைய

மனோபாவம் அப்படியிருக்கும்படியாக நான் அவளுக்கு என்ன தீங்கு செய்தேனோ, தெரியவில்லை.

இத்தனைக்கும் என்னுடைய கல்யாணத்திற்கு முன்னால் நான் யாரோ, அவள் யாரோ? ஏற்கனவே சேர்ந்து வாழ்ந்திருந்தாலும் ஏதாவது பழைய மனத்தாங்கல் இருப்பதற்குக் காரணமிருக்கலாம். இப்போதுதானே அவளை எனக்கும் என்னை அவளுக்கும் தெரியும்? அதற்குள் என்னிடம் ஏன் அவளுக்கு அத்தனை வெறுப்பு?

பார்க்கப் போனால் பிறக்கும்போதே அவள் மாமியாராகப் பிறந்துவிடவில்லை. ஒரு காலத்தில் அவளும் இன்னொரு மாமியாரின் கீழ் மருமகளாய்த்தான் வாழ்ந்திருக்க வேண்டும். இப்பொழுது என் உள்ளத்தில் தோன்றும் எண்ணங்கள் எல்லாம் அப்பொழுது அவள் உள்ளத்திலும் தோன்றியிருக்க வேண்டும்; நான் இன்று அனுபவிக்கும் கஷ்டத்தை அவளும் அன்று அனுபவித்திருக்க வேண்டும்; நான் அடையும் வேதனையை அவளும் அடைந்திருக்க வேண்டும்; நான் காணும் கனவுகளையெல்லாம் அவளும் கண்டிருக்க வேண்டும்; என்னைப் போல் இளமையின் ஆசைக் கடலில் வீழ்ந்து அவளும் ஒரு காலத்தில் தத்தளித்திருக்க வேண்டும்; துன்பத்தைக் கண்டு துடித்து, இன்பத்தை நினைத்து ஏங்கியிருக்க வேண்டும். ஆனால் இன்று காலம் மாறிவிட்டது. அவள் கடவுளைத் தவிர வேறு எதைப் பற்றியும் சிந்திக்க முடியாத நிலையில் இப்பொழுது இருக்கிறாள். இருந்து விட்டுப் போகட்டும். அதற்காக நானும் அவளைப் போல் ஜபமாலை உருட்டி வெறும் வேஷதாரியாக வேண்டுமா? வீட்டுக் காரியங்களைத் தவிர இந்த ஜன்மத்தில் எனக்கு வேறொன்றும் வேண்டாமா? இதற்குத்தான நான் இவளுடைய வீட்டுக்கு வந்தேன்? அப்படியானால் என்னுடைய பிறந்தகத்திலேயே எவ்வளவோ காரியங்கள் நான் செய்வதறகு இருக்கின்றனவே!

தினசரி என்னுடன் சண்டையிடுவதற்கு அவள்தான் எத்தனை சந்தர்ப்பங்களைச் சிருஷ்டி செய்து கொள்கிறாள்!— “சந்தர்ப்பங்களை நோக்கி நான் காத்திருக்க மாட்டேன்; நானே வேண்டும்போது அவற்றைச் சிருஷ்டி செய்து கொள்வேன்!” என்று சொன்ன வீராதி வீரன் நெப்போலியன் கூட இவளிடம் ‘ராஜதந்திர’த்துக்குப் பிச்சை எடுக்க வேண்டும் போலிருக்கிறதே!

***

இடைவேளையில் எப்பொழுதுதாவது ஒரு நாள் எதிர் வீட்டு அகிலா எங்கள் வீட்டுக்கு வருவாள். எனக்கும் அன்று அழுக்குத் துணிகளைத் துவைத்துப் போடும் வேலையில்லாமலிருந்தால், சிறிது நேரம் அவளுடன் ஏதாவது பேசிக் கொண்டிருப்பேன். அவள் தன் கணவருடன் சேர்ந்து நடத்திய ஊடல், காதல் இவைகளைப் பற்றியெல்லாம் என்னிடம் வெறி பிடித்தவள் போல் சொல்வாள். அப்புறம் அவளும் அவளுடைய கணவரும் சேர்ந்து கண்டு களித்த ஆடல் பாடல்கள், கண் காட்சிகள் முதலியவற்றைப் பற்றியெல்லாம் என்னிடம் விவரிப்பாள். அவற்றையெல்லாம் கேட்கக் கேட்க எனக்கு என்னவோ மாதிரி இருக்கும். “அதெல்லாமிருக்கட்டும், அகிலா! வேறு எதைப் பற்றியாவது பேசேன்!” என்பேன் நான் மனம் நொந்து.

“ஏன், அதற்குள் உனக்கு உலக வாழ்க்கையில் வெறுப்பு ஏற்பட்டு விட்டதோ?” என்று நகைப்பாள் அவள்.

“இல்லை. அதைப்பற்றியெல்லாம் பேசிக் கொண்டிருந்தால் என் மாமிக்குக் கோபம் வந்தாலும் வரும்!” என்று பழியை அவள் மீது போட்டு வைப்பேன், ரகசியமாக.

ஒரு நாள் அகிலா, என்னிடம் கோடி வீட்டுக் குமுதத்தைப் பற்றிப் பேசிக் கொண்டிருந்தாள். அப்போது பேச்சு வாக்கில்,

"அவளுக்கு நல்ல இடத்தில் வரன் கிடைத்தது. வீட்டில் அவளும் அவளுடைய அகத்துக்காரரும்தானாம். மாமியார் நாத்தனார் என்று ஒரு தொத்தரவும் கிடையாதாம்!" என்றாள் அவள்.

நான் சும்மா இருந்திருக்கக் கூடாதா? "என்னமோ, அவள் பாக்கியசாலி!" என்று சொல்லி வைத்தேன்.

அவ்வளவுதான்; உடனே என் மாமியார், "நீ பாக்கியசாலியில்லையாக்கும்? ஏன்னா, நான் ஒருத்தி இன்னும் உயிரோடு இருக்கேனோ இல்லையோ, அது உன் கண்ணே உறுத்துகிறதாக்கும்!" என்று ஆரம்பித்து விட்டாள்.

நான் என்னத்தைச் சொல்வது? "அதைத்தான் நாம் ஏன் சொன்னோம்?" என்று எண்ணி வருந்தினேன்.

அன்று மாலை அவர் வேலையிலிருந்து வந்ததும் இந்த வழக்கு விசாரணைக்கு வந்தது. அப்பொழுது என் மாமியாருக்கு உண்மையாகவே கண்ணீர் வந்ததோ இல்லையோ, அவள் தன் மேலாக்கினால் கண்களைத் துடைத்துக் கொண்டே, "உன்னைப் பெற்று வளர்த்ததற்கு இத்தனை நாளும் நான் அடைந்த சுகம் போதும்டா அப்பா, போதும்! இனிமேல் ஒரு விநாடிகூட நான் இந்த வீட்டில் இருக்கவே மாட்டேன்!" என்று வழக்கமாக ஆரம்பிக்கும் பீடிகையுடன் ஆரம்பித்து, "எதிர் வீட்டில் அகிலா என்று ஒருத்தி இருக்கிறாளோ இல்லையோ, அவளை யாரும் கேட்பார், மேய்ப்பார் கிடையாது. தினசரி இங்கே வந்து இவளுடன் ஏதாவது அரட்டையடித்து விட்டுப் போவாள். இன்று மத்தியானமும் வந்திருந்தாள். அவளிடம் இவள் என்னவெல்லாம் சொல்கிறாள், தெரியுமா? என்னைத் தொலைத்துத் தலை முழுகுவதற்கு இவள் பாக்கியம் செய்யவில்லையாம். நான் ஒருத்தி இன்னும் உயிரோடிருப்பது இவளுக்குத் தொந்தரவாயிருக்கிறதாம். எந்நேரம் பார்த்தாலும் இவளைப் பிடுங்கித் தின்றபடி இருக்கிறேனாம். நான்

இல்லாவிட்டால் இவள் இஷ்டப்படி எவளோடாவது, எவனோடவாவது பேசிக் கொண்டிருக்கலாமோ, இல்லையோ?'' என்றெல்லாம் சொல்லி ஓலமிட்டு அழுதாள்.

அவருக்குத்தான் தம்முடைய தாயார் வாக்கு வேதவாக்காச்சே, உடனே கிளம்பிவிட்டார்! – "ஓஹோ! அவ்வளவு தூரத்துக்கு வந்து விட்டாளா? ஆமாம், பேய்க்கு இடம் கொடுத்தாலும் கொடுக்கலாம்; பெண்ணுக்கு இடம் கொடுக்கக் கூடாது!' என்று பெரியோர்கள் தெரியாமலா சொன்னார்கள்? அந்த எதிர் வீட்டுக்காரி இங்கே வருவதற்கும், அவளுடன் இவள் அரட்டையடிப்பதற்கும் கொஞ்சம் இடம் கொடுத்ததால் வந்த வினை இது! நாளையிலிருந்து ஆகட்டும், அந்த அகிலாவின் அகமுடையானிடம் சொல்லி அவளை இங்கே வரவிடாமல் செய்து விடுகிறேன்!'' என்றார்,

இதைக் கேட்டதும் எனக்கு என்னவோ போலிருந்தது. அது என்ன காரணமோ, என்னைத்தான் அவர் வெளியே போக விடுவதில்லை. இந்த விஷயத்தில் நானும் எங்கள் வீட்டுப் பசுவும் ஒன்று. அதையும் நாங்கள் இருந்தது நகரமானதால் ஒரு நாளும் தனியாக அவிழ்த்து விடுவதில்லை. எப்பொழுதாவது ஒரு நாள் சற்றுக் காலாறுவதற்காக அவர் அதை வெளியே ஓட்டிக் கொண்டு செல்வார். அதே மாதிரிதான் நானும். ஏதாவது கல்யாணம், கார்த்திகைக்கு அவருடன் செல்வேன். அதுவும் அவருடைய அதிகார அழைப்புக்குப் பயந்துதான்! – அன்பு, ஆசை, மண்ணாங்கட்டி, தெருப் புழுதி இதெல்லாம்தான் எங்கள் வாழ்க்கையில் மருந்துக்கும் கிடையாதே! – அப்படிப் போகும்போதுதான் நானும் சற்றுக் காலாற நடந்து செல்வேன். ஆனால் இந்த விஷயத்தில் எனக்கும் எங்கள் வீட்டுப் பசுவுக்கும் ஒரே வித்தியாசம் இருந்தது. திரும்பி வந்ததும் பசுவைக் கட்டிப் போட்டு விடுவார்கள்; என்னைக் கட்டிப் போட மாட்டார்கள்.

இந்த லட்சணத்தில் என் இருளடைந்த உள்ளத்தில் எப்பொழுதாவது ஒரு நாள் விளக்கேற்றி வைக்க வந்தவள்

அகிலா ஒருத்திதான். அவளையும் இப்பொழுது தடுத்து விடுவதென்றால்.......... !

பேய்க்கு இடம் கொடுத்தாலும் கொடுக்கலாம்; பெண்ணுக்கு இடம் கொடுக்கக் கூடாதாம். உண்மையாகவே இருக்கட்டும். ஆனால் நான் மட்டும்தானா பெண்? அவருடைய தாயார்?......... அவள் ஆணாக்கும்!

***

என்னுடைய வாழ்க்கையைப் பற்றி இன்னும் எவ்வளவோ சொல்லலாம். ஆனால் அவ்வளவையும் சொல்லி உங்களுடைய அருமையான நேரத்தை வீணாக்குவதில் என்ன பயன்? துன்பம் நிறைந்த என்னுடைய வாழ்க்கையில் நீங்கள் அனுபவிப்பதற்கு என்ன இன்பம் இருக்கப் போகிறது?

கடைசியில் எனக்கும் அகிலாவுக்கும் இடையே தொங்கவிடப்பட்ட படுதாவை என்னால் கிழித்து எறிய முடியவில்லை. விட்டுப்போன அவளுடைய நேசம் என்னை மிகவும் பாதித்தது. நாளடைவில் நான் சூரிய வெப்பத்தைக் காணாத செடிபோல் சுருங்கிப் போனேன்.

இந்த நிலையில்தான மூன்றாவது தடவையாக என் முழுக்கு நின்றது. ஏற்கெனவே, உள்ளமும் உடலும் சோர்ந்து போயிருந்த எனக்கு இதுவும் வாய்த்தால் கேட்கவேண்டுமா? என்னால் வீட்டுக் காரியங்களைச் செய்ய முடிய வில்லை. அசதி அதிகமாயிருந்தது. சாப்பாடும் சரிவர ஏற்றுக் கொள்ளவில்லை. வேலை செய்வதில் தாமதம் ஏற்பட்டது. வசவுகளுக்கோ ஓர் அளவில்லை. வீட்டிலோ அடிக்கும் கையைத் தவிர, அணைக்கும் கை இல்லை.

ஒரு நாள் இரவு பாருங்கள் – வழக்கம்போல் எல்லோரும் சாப்பிட்டான பிறகு நான் சாப்பிட்டுக் கொண்டிருந்தேன். அப்பொழுது மாடு ‘அம்மா, அம்மா!’ என்று ஓயாமல் கத்திக்

கொண்டிருந்தது. வெளியே உட்கார்ந்திருந்த அவர், கொஞ்சம் வைக்கோலை எடுத்துக் கொண்டு போனார். அன்று எனக்குப் பதிலாக அவர் அந்த வேலையைச் செய்து விட்டது, அவருடைய தாயாருக்குப் பொறுக்கவில்லை. "ஏண்டா, அப்பா! நீதான் காலையில் போய் சாயங்காலம் வரை அங்கே உழைத்துவிட்டு வருகிறாயே, வீட்டில் இருக்கும் அவளுக்கு என்ன கேடு? மாடுதான் அத்தனை நாழியாக் கத்துகிறதே, கொஞ்சம் வைக்கோலைக் கொண்டுபோய்ப் போட வேண்டாமோ?" என்று உருகினாள்.

"அவள் சாப்பிடுகிறாள், அம்மா!" என்றார் அந்தப் புண்ணியவான்.

"எத்தனை நாழியாச் சாப்பிடுவது? சமைப்பதை அப்படியும் இப்படியுமாக ஆளுக்குக் கொஞ்சம் காட்டி விட்டு, கடைசியில எல்லாவற்றையும் அவளே விழுங்கி வைக்க வேண்டுமென்றால் அத்தனை நாழிதான் ஆகும்!" என்றாள் அவள்.

எப்படியிருக்கிறது, நியாயம்? நமது நாட்டில் சாதாரணமாக எல்லாப் பெண்களுமே கடைசியில் சாப்பிடுவதுதான் வழக்கம். நானும் அப்படித்தான். எல்லோருக்கும் போக ஏதாவது மிஞ்சினால் உண்டு; இல்லையென்றால் இல்லை. அதிலும், கணவனுக்கு வேண்டியவரை வைத்துப் பெருமையடைவதில் தமிழ்நாட்டுப் பெண்களுக்கே ஒரு தனி ஆனந்தம். இந்த அனுபவத்தை என் மாமியாரும் மருமகளாயிருந்தபோது அறிந்துதான் இருக்கவேண்டும். ஆனாலும் அவள் ஏன் இப்பொழுது இப்படிப் பேசுகிறாள்? – அவர் உழைத்துவிட்டு வருகிறாராம்; நான் உழைக்காமலிருக்கிறேனாமே?

***

இப்படி எத்தனையோ நிகழ்ச்சிகள். என்னால் பொறுக்க முடியவில்லை. மாதம் ஆக, ஆக எனக்கு 'வேலை செய்யமுடியவில்லையே!' என்ற குறை; மாமியாருக்கோ 'வேலை செய்யவில்லையே!' என்ற குறை. இந்தக் குறைகளுக்கு இடையே எனக்கு ஏழாவது மாதம் நடந்து கொண்டிருந்தது. எல்லாப் பெண்களும் முதல் பிரசவத்துக்குத் தான் பிறந்தகம் செல்வது வழக்கம். இந்த விஷயத்தில் மட்டும் என் மாமியாருக்கு வேறு யாருக்கும் இல்லாத விசாலமான மனம், அவள் பிரசவத்துக்குப் பிரசவம் என்னைப் பிறந்தகத்துக்குத்தான் அனுப்பி வைப்பாள்.

அதே கதிதான் எங்கள் வீட்டு மாட்டுக்கும். பிரசவத்துக்குப் பிரசவம் அதையும் கிராமத்துக்கு ஓட்டி விடுவார்கள் – நியாயம்தானே? பால் மறத்துப்போன அந்த மாட்டுக்கு யாராவது தண்டத் தீனி போட்டுக் கொண்டிருப்பார்களா?

அதனுடைய நிலைதான் என்னுடைய நிலையும் – வீட்டுக் காரியங்களையோ என்னால் இப்பொழுது செய்ய முடிவதில்லை. பின் ஏன் எனக்கு வெட்டிச் சோறு?

ஆச்சு; மாடும் இப்பொழுது சினையாய்த்தான் இருக்கிறது; நாளைக்கு அதைக் கிராமத்துக்கு ஓட்டி வைக்கப் போகிறார்கள். பெற்றுப் பிழைத்தால் திரும்பி வரும். வந்தால் மீண்டும் பாலைக் கறந்து குடிப்பார்கள். வராமல் செத்தொழிந்தால் வேறு மாடு வாங்கிக்கொள்வார்கள்.

இதோ, அப்பாவுக்குக் கடிதம் எழுதி அவரும் என்னை அழைத்துக்கொண்டு போக வந்துவிட்டார். நானும் நாளைக்குப் போகிறேன். பெற்றுப் பிழைத்தால் திரும்பி வருவேன். பழையபடி வீட்டுக் காரியங்களையும் கவனித்துக் கொள்வேன். அவரும் என்னைக் கவனித்துக் கொள்ள வேண்டிய விதத்தில் கவனித்துக் கொள்வார். வராமல் செத்தொழிந்தால் என்ன பிரமாதம்? அவர் வேறு கல்யாணம் செய்து கொண்டு விடுவார்.

அவ்வளவுதான்; இப்பொழுது நீங்களே சொல்லுங்கள். நான் வாழ்வது, மனிதத் தொழுவமா? இல்லை, மாட்டுத் தொழுவமா?

5. குழந்தையின் குதூகலம்

அன்றிரவு சங்கருக்குத் தூக்கமே பிடிக்கவில்லை. அவனுடைய நினைவெல்லாம் அன்று மாலை வாங்கிய 'ஆடும் குதிரை'யின் மீதே இருந்தது. அதன்மீது தான் ஏறிக் கொண்டு ஆனந்தச் சவாரி செல்வது போலவும், அது ஆகாய வீதியெல்லாம் தூள் பறக்கப் பறந்து செல்வது போலவும் அவன் கற்பனை செய்து கொண்டிருந்தான்.

பொழுது விடிந்ததும் ஒரு விநாடிகூட அவனால் தாமதிக்க முடியவில்லை. இட்டிலியை மறந்தான். சட்டினியை மறந்தான். காப்பியைக்கூட மறந்து விட்டான். அந்த ஆடும் மரக்குதிரையை எடுத்துக் கொண்டு ஆட்டம் போடுவதற்காகத் தெருவுக்கு ஓடோடியும் வந்து விட்டான்.

தற்பெருமையடித்துக் கொள்வதில் பெரியவர்களுக்குத் தான் ஆசையென்பதில்லை; குழந்தைகளுக்கும் அது இருக்கத்தான் இருக்கிறது. இல்லையென்றால் அந்த ஆடும் குதிரையை வைத்துக்கொண்டு அவன் தன் வீட்டிலேயே ஆட்டம் போட்டிருக்கலாம். ஆனால் என்ன பிரயோசனம் அதனால்? அந்தக் குதிரை வாங்கிய வைபவத்தைப் பற்றி அவன் தன் நண்பர்களிடமெல்லாம் சொல்ல வேண்டியது எவ்வளவோ இருக்க, அதைத் தன் வீட்டுக் கூடத்திலேயே வைத்துக்கொண்டு ஆடினால் அவ்வளவு சுகப்படுமா? இல்லை, அதற்காக அவன் தன் நண்பர்களுடைய வீடுகளுக்கெல்லாம் சென்று அவர்களை வலுவில் அழைத்துக்கொண்டு வரத்தான் முடியுமா? தெருவுக்கு வந்துவிட்டால் அவர்கள் தாங்களாகவே கதறிக்கொண்டு வருகிறார்கள்.

சங்கர் எதிர்பார்த்தது வீண் போகவில்லை. அந்தக் குதிரையின் மீது ஏறி அவன் 'ஹை, ஹை' என்று ஓர் ஆட்டம்

போட்டதுதான் தாமதம், அப்பொழுதுதான் படுக்கையை விட்டு எழுந்த எதிர் வீட்டு மணி பறந்தோடி வந்தான்,

“டேய், சங்கர்! ஏதுடா, உனக்கு இந்தக் குதிரை? யார் வாங்கிக் கொடுத்தது?” என்று அவன் சங்கர் எதிர்பார்த்தபடியே ஆவலுடன் கேட்டும் வைத்தான்.

“என் அப்பா வாங்கிக்கொடுத்தார்!” என்று சங்கர் ஒரே வார்த்தையில் பதில் சொல்லிவிட்டுப் போயிருக்கலாம். ஆனால் விஷயத்தை அவ்வளவு சீக்கிரத்தில் முடித்து விட அவனுக்கு விருப்பமில்லை. கொஞ்சம் ஆதியோடந்தமாகவே ஆரம்பித்தான்.

“நேற்ற ஞாயிற்றுக் கிழமையோ இல்லையோ, என் அப்பாவுக்கு ஆபீஸ் கிடையாது. நான், என் அம்மா, அப்பா எல்லோரும் மத்தியானம் சாப்பிட்டானதும் சினிமாவுக்குப் போனோம்......”

“என்ன, சினிமாவா! அதென்னடா, சினிமா?”

சங்கருக்குச் சிரிப்பு வந்தது. “என்னடா சுத்தப் பட்டிக் காட்டு ஆசாமியாயிருக்கிறாயே? உனக்கு சினிமாவென்றாலே இன்னதென்று தெரியாதா?” என்று கேட்டான்.

“தெரியாதுடா!” என்றான் மணி, முகத்தைத் தொங்கவிட்டுக் கொண்டு.

“அட நிஜமாவா!” என்று மீண்டும் கேட்டான் சங்கர். அவனால் நம்பமுடியவில்லை.

“நிஜமாத்தாண்டா!” என்றான் மணி,

"அப்படின்னா சொல்றேன் கேளு; சினிமான்னா, எல்லாம் ஒரே படமாயிருக்கும். ராஜா படம், ராணி படம், திருடன் படம் எல்லாம் வரும். அந்தப் படமெல்லாம் சும்மா அப்படியே இருக்கும்னு நினைக்கிறாயா? இல்லே; ஆடும், பாடும், பேசும், சிரிக்கும்–எல்லாம் செய்யும்!"

"அப்படியா சங்கர்! இன்னொரு சமயம் நீ போறப்போ என்னையும் கூட்டிக்கிட்டுப் போறயா?"

"உம்......சும்மாவா? காசு எடுத்துண்டு வரணும்; இல்லாட்டா உள்ளே விடமாட்டான்."

"சரி, அது போகட்டும் சங்கர்! இந்தக் குதிரை உனக்கு ஏது?......அதைச் சொல்லு!"

"ஆமாம், ஆமாம்! அதுக்குள்ளே மறந்துட்டேனே! – நாங்க எல்லோரும் சினிமாவுக்குப் போனோமா, அப்புறம் நேரே ஹோட்டலுக்கு வந்தோம்......!"

"அது என்னடா, ஹோட்டல்......?"

சங்கருக்கு ஆச்சரியம் தாங்கவில்லை. இடிஇடியென்று சிரித்துவிட்டான். மணியை வெட்கம் பிடுங்கித் தின்றது. அந்த இடத்தைவிட்டு உடனே ஓடிவிடலாமா என்றுகூட நினைத்தான். ஆனால் ஹோட்டலைப் பற்றித் தெரிந்து கொள்ள வேண்டுமென்ற ஆசை, அந்த உணர்ச்சியை மீறி நின்றது.

"ஏண்டா, மணி! நீ நிஜமாச் சொல்லுடா! என்னாலே நம்பவே முடியலையே, உனக்கு ஹோட்டலைக் கூடவா தெரியாது?"

"நான் பொய் சொல்வேனா? எனக்கு நிஜமாவே தெரியாதுடா!"

“ஹோட்டல்னா ஒரே பட்சண மயமாயிருக்கும். பாதாம் ஹல்வா, குலோப்ஜான், குஞ்சாலாடு, ரஸ்குல்லா, ஜாங்கிரி, மைசூர்பாக் – இப்படி எத்தனை எத்தனையோ விதமான தித்திப்புப் பட்சணங்கள் எல்லாம் இருக்கும், அப்புறம் போண்டா, வடை, மிக்சர் – இப்படி எத்தனை எத்தனையோ விதமான காரப் பட்சணங்கள் எல்லாம் இருக்கும். கடைசியிலே காப்பி, டீ எல்லாம் வேறே. கீழே வரிசை வரிசையாக மேஜை, நாற்காலி எல்லாம் போட்டிருக்கும்; நாமெல்லாம் போனதும் ‘ஜம்’ மென்று அவற்றின் மேல் உட்கார்ந்து கொள்ள வேண்டியது. ‘என்ன வேணும்?’னு கேட்டுண்டே ஒருத்தன் வருவான். அவன் நமக்கு வேண்டியதைக் கொண்டு வந்து வைப்பான். ஒரு கை பார்த்து விட்டு, வாசலிலே உட்கார்ந்திருக்கும் ‘காஷிய’ரிடம் பணத்தைக் கொடுத்துவிட்டு வந்துட வேண்டியது!”

மணியின் நாக்கில் ஜலம் ஊறிற்று. அவன் அதைக் கூட்டி விழுங்கிக் கொண்டே, “ஏண்டா, நீ என்னென்னவோ சொல்றயே! எனக்கு ஒண்ணுமே புரியலையேடா!” என்றான் தலையைச் சொறிந்து கொண்டே.

“ஆமாண்டா, அதெல்லாம் தலையைச் சொறிந்தாப் புரியாதுடா! பணம் இருக்கணும், பணம்!” என்றான் சங்கர் சிரித்துக் கொண்டே.

“மணியின் முகத்தில் அசடு வழிந்தது. ஆனாலும் அவன் அந்த இடத்தை விட்டு நகராமல், “உம்...அப்புறம்...” என்று மேலே ஆரம்பிக்கச் சொல்வது போல் சங்கரின் முகத்தைப் பார்த்தான்.

அதற்கேற்றாற்போல், “அப்பாலே நாங்கள் எல்லோரும் ‘பீச்’சுக்குப் போனோம்!” என்று சங்கரும் நீட்டி முழக்கிக் கொண்டு ஆரம்பித்தான்.

அவனை இடைமறித்து, “ஏன்?” என்று கேட்டு வைத்தான் ஆப்பாவி மணி.

“போடா மண்டு! ‘பீச்’சுக்கு எதற்காகப் போவார்கள்?” என்று எரிந்து விழுந்தான் சங்கர்.

“எதற்காகப் போவார்கள்?” என்று மணி அவனையே மீண்டும் திருப்பிக் கேட்டான்!

“காற்று வாங்குவதற்குத்தான்!”

“ஏன், இங்கெல்லாம் கூடத்தானே காற்று அடிக்கிறது?”

“அங்கே அடிக்கும் காற்றின் சுகமே வேறேடா! இதோ பார், மேலே நீல வானம் இருக்கோ, இல்லையோ? அதே மாதிரி அங்கே ஒரு நீலக் கடல் இருக்கு. அதிலேயிருந்து ஜலம் அலைமேல் அலையாக் கிளம்பி, முத்துக்கள தெறித்தாற் போலக் கரையிலே வந்து மோதும். அது பார்ப்பதற்கு எவ்வளவு அழகாயிருக்கும், தெரியுமா?”

“அதைப் பார்க்கக்கூடக் காசு கொடுக்கவேணுமாடா?”

“இல்லையடா, இல்லை! யாரு வேணுமானாலும் போய்ப் பார்க்கலாம்!”

மணியின் முகம் மலர்ந்தது. “அப்படியானால் நாளைக்கே தன்னை ‘பீச்’சுக்குக் கூட்டிக்கொண்டு போகும்படி அப்பாவை ஏன் கேட்கக் கூடாது?” என்று எண்ணிக் கொண்டான்.

ஆனால், அதற்கு அடுத்த கணமே அவனுடைய முகம் சுருங்கிவிட்டது. ஏனெனில் அந்தப் ‘பாழும் அப்பா’ யார் என்று அவனுக்கு இது நாளது வரை தெரியவே தெரியாது. இத்தனைக்கும் அந்த மனிதன் இன்னும் செத்துப் போகவும் இல்லை!

அம்மாவைக் கேட்டாலோ, அவள் நாளுக்கு ஒரு விதமாகப் பதில் சொல்கிறாள். அவன் என்ன செய்வது?

“சரி, அம்மாவையே ஒரு நாளைக்குக் கூட்டிக் கொண்டு போகச் சொன்னால் போகிறது!” என்று தனக்குள் எண்ணிக் கொண்டு, மேலே சங்கரின் பேச்சைக் கேட்பதற்குத் தயாரானான்.

“அப்பாலேதான் பஜாருக்கு வந்தோம்; அங்கேதான் இந்தக் குதிரையை வாங்கினோம்!” என்று தன் கதையை முடிக்கும்போதும் நீட்டி முழக்கிக் கொண்டே முடித்தான் சங்கர்.

“சங்கர், சங்கர்! இந்தக் குதிரை மேலே நானும் கொஞ்ச நேரம் ஏறிச் சவாரி செய்யட்டுமா?” என்று கெஞ்சிக் கேட்டுக் கொண்டே அந்தக் குதிரையை நெருங்கினான் மணி.

தான் சொல்வதற்கோ, அவன் கேட்பதற்கோ அதற்கு மேல் ஒன்றும் இல்லாமற் போகவே, தேர்தலில் வெற்றி பெற்று அதிகாரத்துக்கு வந்து விட்டவர்களைப் போல, “போடா, போ!” என்று எரிச்சலுடன் அவனைப் பிடித்துத் தள்ளிவிட்டான் சங்கர்.

அதற்குப் பிறகு அவன் தன் ‘குதிரைப் புராண’த்தைச் சொல்வதற்கு வேறு பையனை எதிர்பார்த்துக் கொண்டிருந்தான்!

***

கதிர்வேலு நாடார் எண்ணெய் மண்டியில் மணியின் தகப்பனாருக்கு வேலை. வரவு செலவுக் கணக்கைப் பார்த்துக் கொள்வதிலிருந்து, வாங்க வருவோருக்கு எண்ணெய் அளந்து ஊற்றும் வரை உள்ள எல்லா வேலைகளையும் அவரேதான் பார்த்துக் கொள்ள வேண்டும். மாதச் சம்பளம் முழுசாக அவருக்குப் பதினைந்து ரூபாய். இவ்வளவு தாராளமாக நாடார் அவருக்குச் சம்பளம் கொடுத்துக் கொண்டிருந்ததற்குக் காரணம், பூமிக்கும் வானத்துக்குமாக விரிந்து கிடந்த

அவருடைய பரந்த மனம்தான் என்றாலும் இன்னொரு விசேஷ காரணமும் இருந்தது. "கடலையெண்ணெயை நல்லெண்ணெயாக்குவது எப்படி?" - "ஒரு மணங்கு தேங்காயெண்ணெயில் எவ்வளவு கடலையெண்ணெய் சேர்க்கலாம்?" – "எடையைக் கூடுதலாக்க என்னத்தைப் போட்டுக் கரைப்பது?" என்பது போன்ற விஷயங்களில் மணியின் தகப்பனாருக்கு முப்பது வருட கால அனுபவம் உண்டு. அந்த முப்பது வருட கால அனுபவத்தையும் அவர் வேறு எங்கிருந்தும் அடைந்து விடவில்லை; கதிர்வேலு நாடார் கடையிலிருந்தே தான் அடைந்திருந்தார்.

நல்லவேளையாக, நாடார் எந்த விஷயத்திலுமே கண்டிப்பாக நடந்து கொள்பவராதலால், விளக்கெண்ணெய் வியாபாரத்தை மட்டும் வைத்துக் கொள்ளவில்லை.

மேற்கூறியபடியெல்லாம் செய்வது பாவம் என்பதைக் கதிர்வேலு நாடார் அறியாமலிருந்தார் என்று சொல்லி விடவும் முடியாது. ஆனால் "அந்தப் பாவத்துக்குத் தண்டனை இந்த ஜன்மத்திலா கிடைக்கப் போகிறது? அடுத்த ஜன்மத்தில் தானே!" என்ற தைரியம் அவருக்கு.

இந்தத் தைரியம் ஒரு பக்கம் இருந்தாலும், இன்னொரு பக்கம் அவருக்குக் கொஞ்சம் அச்சமும் இருக்கத்தான் இருந்தது. அதற்காக, அவர் சர்க்கார் அதிகாரிகளுக்குக் கொடுக்கும் லஞ்சத்தோடு லஞ்சமாக, சுவாமிகளுக்கும் அவ்வப்போது கும்பாபிஷேகம் செய்து வைப்பது, லட்ச தீபம் ஏற்றி வைப்பது, திருவிழா நடத்துவது—இம்மாதிரி ஏதாவது செய்து, 'அடியார்க்கு நல்லாராய், அன்புக்கும் ஆண்டவனுக்கும் அடிமையாய், எல்லோரும் இன்புற்றிருக்க நினைப்பதுவேயல்லாமல் வேறொன்றும் அறியாராய், சத்தியமே உருவாய்' பராபரத்தின் அருளால் வாழ்ந்து வந்தார்.

இதனால்தானோ என்னவோ, சர்க்கார் அதிகாரிகளைப் போலவே சுவாமிகளும் அவரைக் கண்டும் காணாமல் இருந்துவிட்டனர். அவருடைய திருத் தொந்தியைப் போலவே வியாபாரமும் நாளொரு மண்டியும் பொழு தொரு ஊருமாகப் பெருகி வந்தது. அதாவது, வெகு சீக்கிரத்திலேயே தமிழ்நாடு பூராவும் கிளைக் கடைகளை ஆரம்பித்து நடத்தினர். சொந்தத்திலேயே எண்ணெய் ஆலை ஒன்றும் வைத்தாகிவிட்டது. வருஷ வருமானம் ஒரு லட்ச ரூபாய்க்கு மேல் மதிப்பிடப்பட்டு வந்தது. ஸ்தாவர, ஜங்கம சொத்துக்காக வாங்கி வாங்கிச் சேர்த்துக் கொண்டிருந்தார். இத்தனைக்கும் பணம் 'சரியாயிருக்கிறதா?' என்று எண்ணிப் பார்த்துக் கொள்வதைத் தவிர அவர் வேறு ஒரு பாவமும் செய்து அறியார்!

மணியின் தகப்பனாருக்குத் தம் எஜமானரின் மேல் கொள்ளை ஆசை. "எசமான், 'மாணிக்கம், மாணிக்கம்!'ன்னு என் மேலே உசிரையே வச்சிருக்காரு!" என்று தம் மனைவியிடம் அவர் பெருமையுடன் சொல்லிக் கொள்வார். "சம்பளத்திலே ஒண்ணையும் காணோமே!" என்பாள் அவள், அலட்சியமாக.

"சீ, போ? பணமா பெரிது? மனிசன் அன்பு இல்லே பெரிசு!" என்பார் மாணிக்கம் பிள்ளை.

ஆமாம், அவருக்கு எப்போதுமே தம் உரிமையைவிடக் கடமை பெரிது. இல்லையென்றால் கேவலம் முப்பது வருடத்திற்குள் ஒண்ணே கால் டஜன் ரூபாய்களைச் சம்பளமாகப் பெறுவதென்பது அவ்வளவு லேசான காரியமா?

நல்ல வேளையாக, மாணிக்கம் பிள்ளையைப் பிடித்த 'பைத்தியம்' கதிர்வேலு நாடாரையும் பிடித்து விடவில்லை. அவருக்குத் தம் கடமையைவிட உரிமைதான் எப்போதும் பெரிது!

தமக்கு உலகம் இன்னதென்று தெரிந்த நாளிலிருந்து – அதாவது, நாடார் கடைசியில் வேலைக்கு அமர்ந்ததிலிருந்து– சூரியோதயத்தையோ, அதன் அஸ்தமனத்தையோ திருவாளர் மாணிக்கம்பிள்ளை அவர்கள் தம் வீட்டிலிருந்தபடி பார்க்கும் பாவத்தை ஒரு நாளாவது செய்தவர் அல்ல; எண்ணெய் மண்டியில் இருந்தபடிதான் பார்ப்பார். கடைச் சிப்பந்திகள் சட்டமோ, அவர் இருந்த திக்கைக் கூடத் திரும்பிப் பார்க்கவில்லை.

இந்த 'அதிர்ஷ்டம்'' என்று ஒன்று இருக்கிறதே, அது நம் மாணிக்கம் பிள்ளையை அடியோடு கைவிட்டு விட்ட தென்றும் சொல்லிவிட முடியாது. ஆறு குழந்தைகளைப் பெற்றெடுத்த அவருக்கு மணி ஒருவன் மட்டும்தான் உயிருடன் இருந்தான் என்றால் பார்த்துக் கொள்ளுங்களேன்! அது மட்டுமா? தவறிப் போன தம் ஐந்து குழந்தைகளின் அடக்கத்தின் போதும் அவர் சூரியோதயத்தையும் அதன் அஸ்தமனத்தையும் தம்முடைய வீட்டிலிருந்தபடியே பார்க்கும் பாக்கியம் வேறு கிடைத்தது.

தன் தகப்பனார் வேலைக்குப் போகும்போதும், வீடு திரும்பும்போதும் மணி தூக்கத்தில் ஆழ்ந்திருப்பான். ஆகவே, அன்று வரை தந்தையும் மகனும் ஒருவரையொருவர் சந்திப்பதற்குச் சந்தர்ப்பம் வாய்க்காமலே இருந்து வந்தது

"அப்பா எங்கே, அம்மா?" என்று அடிக்கடி அவன் தன் தாயாரைக் கேட்பதுண்டு. அவள், "வேலைக்குப் போயிருக்கிறார்" என்பாள் ஒரு சமயம்; "ஊருக்குப் போயிருக்கிறார்" என்பாள் இன்னொரு சமயம்; தொந்தரவு தாங்காமல் சில சமயம், "அப்பா இறந்து விட்டார்!" என்று அவள் கொஞ்சங் கூடக் கூசாமல் சொல்லி விடுவதும் உண்டு.

இவற்றையெல்லாம் கேட்டுக் கேட்டு மணிக்கு அலுத்துப் போய்விட்டது. "அப்பா எப்படியாவது தொலைந்து

போகட்டும்; அவரைப் பற்றிய கவலையே நமக்கு வேண்டாம்!" என்று எண்ணியவனாய், அன்று அவன் தன் தாயாரை நோக்கி, "அம்மா! என்னை 'பீச்'சுக்காச்சும் ஒரு நாளைக்குக் கூட்டிக்கிட்டுப் போயேன்! என்றான்.

தாயாரின் கண்களில் நீர் சுரந்தது. "அந்தப் பாழும் 'பீச்'சு எப்படியிருக்கும், என்னமாயிருக்கும் என்றுகூட எனக்குத் தெரியாதேடா, கண்ணு!" என்றாள் அவள்.

மணிக்கு ஒரே ஆச்சரியமாய்ப் போய்விட்டது. "என்ன! உனக்குக் கூடவா தெரியாது!" என்றான்.

தாயார் மௌனம் சாதித்தாள்.

"பொய் சொல்லாதே, அம்மா! நிஜமாச் சொல்லு!" என்றான் மணி.

"நிஜமாத்தான் சொல்றேன்; அது எந்தப் பக்கம் இருக்கும் என்றுகூட இன்று வரை எனக்குத் தெரியாதேடா!"

மணிக்கு அழுகை வந்துவிட்டது. "போ, அம்மா! நீ பொய் சொல்றே!" என்று அவன் 'உண்மை'யைச் சொல்லி, அழ ஆரம்பித்து விட்டான.

தாயார் எவ்வளவோ சமாதானம் சொல்லிப் பார்த்தாள், அவன் கேட்கவில்லை. அழுதபடியே சிறிது நேரத்திற்கெல்லாம் அயர்ந்து தூங்கி விட்டான்.

***

அன்றிரவு மாணிக்கம்பிள்ளை சாப்பிட்டானதும் தன்னை 'பீச்'சுக்காவது கூட்டிக் கொண்டு போகும்படி குழந்தை அழுத விஷயத்தை அவரிடம் தெரிவித்தாள் அவருடைய மனைவி.

"எல்லா விசயமும் தெரிந்த நீயே இப்படிச் சொன்னா நான் என்ன பண்றது? செலவுக்குக் காசு தேடற விசயம் ஒரு பக்கம் இருக்கட்டும்; முதல்லே நேரம் இருக்கா? அதைச் சொல்லு!" என்றார் மாணிக்கம்பிள்ளை.

"எதற்குத்தான் உங்களுக்கு நேரம் இருக்கு?" என்று வெறுப்புடன் சொல்லிவிட்டுக் குப்புறப்படுத்துக் கொண்டாள் அவள். ஒரு நீண்ட பெருமூச்சு வரும்வரை அவளையே உற்றுப் பார்த்துக் கொண்டிருந்துவிட்டு, மாணிக்கம் பிள்ளை படுத்துக் கொள்வதற்காகத் திண்ணைக்குச் சென்று விட்டார்.

அதற்கு அடுத்த நாள்தான் அந்த எதிர்பாராத சம்பவம் நிகழ்ந்தது. வழக்கம் போல் விடிந்ததும் விடியாததுமாகத் தன் கணவரை வேலைக்கு அனுப்பி வைத்து விட்டு வீட்டு வேலைகளில் இறங்கியிருந்தாள் மணியின் தாயார். மணி வாசலில் விளையாடிக் கொண்டிருந்தான்.

"அம்மா! பூச்சாண்டி வந்து என்னைப் பிடிச்சுக் கிட்டானே!" என்று திடீரென்று அவன் வாசலிலிருந்தபடியே அலறியதைக் கேட்டதும். "ஐயோ! என்னடா, கண்ணு!" என்று கதறிக் கொண்டே தாயார் வாசலுக்கு ஓடோடியும் வந்தாள்.

முகத்தில் தாடியும் மீசையும் வளர்ந்து, பார்ப்பதற்கு விகாரமாயிருந்த ஒரு தரித்திர உருவம் மணியை ஆசையுடன் கட்டிப்பிடித்துத் தூக்கிக்கொண்டிருந்தது.

மணியைப்போல் அவன் தாயாரும் அந்த உருவத்தைக் கண்டு பயந்துவிடவில்லை; முக மலர்ச்சியுடன், "அவர் தாண்டா, உன் அப்பா!" என்றாள்.

"நிஜமாவா, அம்மா! என் அப்பாவா, அம்மா!" என்றான் குழந்தை ஆச்சரியத்துடன்.

"ஆமாண்டா, ஆமாம்!" என்றாள் அவள்.

"அப்படின்னா, இனிமே நான் அப்பாவோடே சினிமாவுக்குப் போவேன், ஹோட்டலுக்குப் போவேன், 'பீச்'சுக்குக் கூடப் போவேன்!" என்று பொங்கி வந்த சந்தோஷத்தில் அடுக்கிக் கொண்டே போனான் மணி.

மாணிக்கம் பிள்ளை அவனுடைய சந்தோஷத்தில் பங்கெடுத்துக் கொள்ளவில்லை. "அந்தப் பாவிதான் எனக்கு வயசாயிடுச்சுன்னு என்னை வேலையிலிருந்து தள்ளிட்டானே!" என்றார் இரண்டு சொட்டுக் கண்ணீரை உதிர்த்துக் கொண்டே.

"என்ன!" என்று திடுக்கிட்டுக் கேட்டாள் அவருடைய மனைவி.

"ஆமாண்டி, ஆமாம்!" என்றார் அவர் அலுப்புடன்.

"தயா விசயமா, கொஞ்ச நஞ்சம் பணம் கூடக் கொடுக்கலையா?" என்று கேட்டாள் அவள்.

"அதுகூடக் கேட்டுப் பார்த்தேனே! 'இத்தனை வருசமா உனக்கு நான் வேலை கொடுத்து ஆதரிச்சதற்கு நீதாண்டா எனக்கு ஏதாச்சும் கொடுத்துட்டுப் போவணும்' என்கிறானே!" என்றார் அவர்.

குழந்தை மணிக்கு அப்பாவைப் பார்த்த பிறகு அங்கே நிற்கவே மனமில்லை. 'குதி, குதி' என்று குதித்துக் கொண்டே அவன் வாசலுக்கு ஓடி வந்தான். அவனுக்கு எதிரே அவன் எதிர்பார்த்தபடி சங்கரும் வந்து கொண்டிருந்தான். "டேய் சங்கர்! என் அப்பா வந்துட்டாருடா! இனிமே நான் உன்னைப் போலவே சினிமாவுக்கு, ஹோட்டலுக்கு, 'பீச்'சுக்கு –

எல்லாம் போவேன், தெரியுமா!” என்று அவன் சங்கரிடம் பெருமையடித்துக் கொண்டான்.

6. மனக் குறை

அன்று மாலையும் வழக்கம்போல் அழுது வடியும் முகத்துடன் நாராயணமூர்த்தி வீட்டிற்குள் நுழைந்தான். நாடக மேடை ராஜா மாதிரி அவன் தன் குமாஸ்தா வேஷத்தைக் கலைத்துக் கொண்டிருந்தபோது, "இந்தாருங்கோ!" என்று குரல் கொடுத்துக் கொண்டே அவன் மனைவி குமுதம் அங்கே வந்தாள்– கையில் காப்பியுடன் அல்ல; ஏதோ ஒரு கிரஹப் பிரவேசப் பத்திரிகையுடன்.

"வந்துவிட்டாயா, 'இந்......தா......ருங்கோ!' என்று வஸந்த காலத்துக் குயில் மாதிரி குரல் கொடுத்துக் கொண்டே?– போ!– பெயரைப் பாரு, பெயரை! குமுதமாம்! உன்னைச் சுற்றிச் சுற்றி வண்டுகள் ரீங்காரம் செய்யாததுதான் ஒரு குறை!– உ.ம்...உன்னைச்சொல்லி என்னபயன்? ஒன்பது வருடமாக நானும் உன் பரட்டைத் தலையையும் எண்ணெய் வடியும் முகரக் கட்டையையும் பார்த்துக் கொண்டு வந்தும் இன்று வரை சந்நியாசம் வாங்கிக் கொள்ளாமலிருக்கிறேனே, அதைச் சொல்லு!" என்று தலையில் லேசாகத் தட்டிக்கொண்டே சாய்வு நாற்காலியில் சாய்ந்தான் நாராயணமூர்த்தி.

"பொழுது விடிந்ததும் வீட்டு வேலைகளை எல்லாம் செய்வதற்கு நீங்கள் வேலைக்காரர்களை வைத்திருக்கிறீர்களோ இல்லையோ– நாளெல்லாம் நாவல் படித்துக் கொண்டு சும்மா உட்கார்ந்திருக்கும் நான் சாயந்திரமானால் சிங்காரித்துக் கொண்டு குயில் மாதிரி கொஞ்சிக்கொண்டும் மயில் மாதிரி நடைபோட்டுக் கொண்டும் உங்கள் முன்னால் வந்து நிற்க வேண்டியதுதான்!– அப்படித்தான் நீங்கள் விதம்விதமான துணி மணிகள் எடுத்துப் பீரோ நிறைய அடுக்கி வைத்திருப்பது என்ன கெட்டுப் போச்சு? மாற்றிக் கட்டிக்கொள்ள மறு புடவைக்கு வழி கிடையாதே!" என்று குமுதமும் பதிலுக்கு எரிந்து விழுந்து

கொண்டே, கையிலிருந்த பத்திரிகையை அவன்மேல் வீசி எறிந்துவிட்டு, அடுப்பங்கரையை நோக்கி நடந்தாள்.

அங்கே, அவளுடைய எட்டு வயதுப் பெண்ணான பட்டு இராத்திரிச் சாப்பாட்டிற்காகப் பொரித்து வைத்திருந்த அப்பளங்களில் ஒன்றை எடுத்துச் சுவை பார்த்துக் கொண்டிருந்தாள். அந்தச் சாக்கில் அவளுடைய முதுகில் இரண்டு அறை வைத்துத் தன்னுடைய கோபத்தைத் தீர்த்துக் கொண்டாள் குமுதம்.

அதே சமயத்தில், வெளியே விளையாடிக் கொண்டிருந்த பட்டுவின் தம்பியான கிட்டு உள்ளே நுழைந்தான். அவன் சட்டையெல்லாம் ஒரே புழுதி மயமாக இருந்தது. அதைச் சாக்காக வைத்துக்கொண்டு அவனுடைய காதைத் திருகியதன் மூலம் தன்னுடைய ஆத்திரத்தைத் தீர்த்துக் கொண்டான் நாராயணமூர்த்தி.

பட்டுவும் கிட்டுவும் அழுது கொண்டே வெளியே வந்து வீட்டு வாசற்படியில் உட்கார்ந்தனர்.

சிறிது நேரத்திற்குப் பிறகு, "அக்கா, அம்மா உன்னை ஏன் அடிச்சா?" என்று கேட்டான் கிட்டு.

"ஒரு அப்பளத்தை எடுத்துத் தின்று விட்டேனாம், அதற்காக!" என்றாள் பட்டு.

"ஓஹோ...!"

"ஆமாம்; உன்னை ஏன் அப்பா அடிச்சார்?" என்றாள் பட்டு.

"சட்டையை அழுக்காக்கிக் கொண்டு வந்து விட்டேனாம், அதற்காக!" என்றான் கிட்டு.

பாவம், அந்தக் குழந்தைகளுக்குத் தெரிந்த உண்மை அவ்வளவுதான்!– ஆனால், அவர்கள் அறியாத– ஏன், அவர்களைப் பெற்றோரே அறியாத உண்மையொன்றும் இருக்கத் தான் இருந்தது.

அதுதான் இந்தப் பாரத புண்ணிய பூமி முழுவதும் 'பார்க்குமிட மெல்லாம் நீக்கமற நிறைந்திருக்கும்' தரித்திரம்.

அதன் பயனாகத் தங்களுக்குள் ஒரு குற்றமும் இல்லா விட்டாலும், இன்று எத்தனையோ தம்பதிகள் தங்கள் வாழ்க்கையில் இயற்கையாக நிலவக்கூடிய அமைதியைக் கூடக் குலைத்துக் கொள்ளவில்லையா?-அந்தக் கூட்டத்தைச் சேர்ந்தவர்கள்தான் நாராயணமூர்த்தியும் குமுதமும்.

***

ஆத்திரமெல்லாம் ஒருவாறு அடங்கியபிறகு, தன் மேல் பரிதாபமாக விழுந்து கிடந்த பத்திரிகையை எடுத்துப் பார்த்தான் நாராயணமூர்த்தி. அது, அவனுடைய நண்பனை ஹரிகிருஷ்ணனிடமிருந்து வந்திருந்தது.

அவ்வளவுதான்; அவனுக்கு மீண்டும் ஆத்திரம் பற்றிக் கொண்டு வந்தது.

நேற்றுவரை அவனும் தன்னைப்போல் வாடகை குடித்தனம் செய்துகொண்டு வந்தவன்தான், இன்று......?

'ஜாம், ஜாம்' என்று தன்னுடைய சொந்த வீட்டில்– சகல சௌகரியங்களும் பொருந்திய புத்தம் புது வீட்டில்– அவன் குடித்தனம் செய்யப் போகிறான்!

பார்க்கப் போனால் இதற்காக அவன் செய்ததுதான் என்ன?– ஒன்றுமில்லை. தனக்கு வீடு தேவையாயிருப்பதால் உடனே காலி செய்து கொடுக்க வேண்டுமென்று வீட்டுக்காரன் அவனுக்கு மூன்று மாத 'நோட்டீஸ்' கொடுத்தானாம். இந்த

விஷயத்தை அவனுடைய வேட்டகத்தார் கேள்விப்பட்டார்கள். அதன் பலன்?

மூன்று மாதத்திற்கெல்லாம் தன்னுடைய சொந்தச் செலவிலேயே ஒரு அழகான வீட்டைக் கட்டி முடித்து, அதை அவன் பேரிலேயே எழுதி வைத்து விட்டார் மாமனார், – கொடுத்து வைத்தாலும் இப்படியல்லவா கொடுத்து வைத்திருக்க வேண்டும்?

உம்...... உலகத்தில் எத்தனையோ பேருக்கு இப்படியெல்லாம் நடக்கிறது. தனக்கோ......?

தன்னைவிட 'தரித்திரம்' தான் ஒன்று வந்து வாய்த்திருக்கிறது!

மாற்றிக் கட்டிக் கொள்ள மறு புடவைக்கு வழி கிடையாதாம் – அவளும் வெட்கமில்லாமல் சொல்லிக் கொள்கிறாளே!

"எனக்கும் கல்யாணமாகி ஏழு வருஷமாகிறது. இதுவரை நான் என் மனைவிக்குப் புடவையோ, ஜாக்கெட்டோ– ஒன்றும் எடுத்துக் கொடுத்தது கிடையாது. இன்று வரை அவள் கட்டுவதெல்லாம் அவளுடைய அப்பா எடுத்துக் கொடுத்ததுதான்!" என்று சொல்லி, அன்று ஹரி தன்னிடம் என்னமாய்ப் பெருமையடித்துக் கொண்டான்!

இங்கே என்னடா என்றால் எல்லாவற்றுக்கும் தன்னுடைய கழுத்தை அறுப்பதாக வந்து தொலைந்திருக்கிறதே!–எல்லாம் என் தலையெழுத்து!

உம்......தலையெழுத்தாவது மண்ணாங் கட்டியாவது!– அவன் முன் யோசனையோடு 'நல்ல இட'மாகப் பார்த்துக் கல்யாணம் செய்து கொண்டான்; அதிர்ஷ்டமும் தானே கதறிக் கொண்டு அவனை வந்து சேர்த்தது.

நானோ...?

காதலென்றும், கத்தரிக்கா யென்றும் சொல்லிக் கொண்டு கவைக்குதவாத ஒருத்தியின் கழுத்தில் மாலையிட்டேன். அதன் பலன்?– இன்று நானும் அழுது வடிகிறேன்; அவளும் அழுது வடிகிறாள்!

அவனுடைய அர்த்தமில்லாத சிந்தனை அத்துடன் முடியவில்லை; இன்னும் மேலே மேலே சென்று கொண்டிருந்தது.

***

தன் கணவனின் மனக் குறையைக் குமுதமும் ஒருவாறு அறிந்துதான் இருந்தாள். ஆனாலும் அவள் அதற்காக என்ன செய்ய முடியும்?

பிறந்தகத்தின் நிலையை உத்தேசித்து, பின்னால் புக்ககத்தாரிடம் கேட்கப்போகும் வசவுகளையும் முன்னாலேயே ஒருவாறு உணர்ந்து, அவள் முதலில் தனக்குக் கல்யாணமே வேண்டாம் என்றுதான் தன் பெற்றோரிடம் முறையிட்டுக் கொண்டிருந்தாள். அவர்களும் தங்கள் நிலையை உணர்ந்து, கல்யாண விஷயத்தில் அவளை அவ்வளவாக வற்புறுத்தாமல் தான் விட்டிருந்தார்கள். ஆனால், இரண்டு குடும்பங்களும் நெருங்கிப் பழக நேர்ந்ததின் காரணமாக, நாராயண மூர்த்திக்கும் குமுதத்திற்கும் இடையே நேசம் வளர்ந்தது. காவியங்களில் காணும் காதல் எல்லாம் வெறும் கற்பனை என்பதை அந்த ஜீவன்கள் உணரவில்லை. வாழ்க்கையில் அவன் கல்யாணம் ஆகுமுன், ‘கண்ணே, மணியே, கற்கண்டே!’ என்றதெல்லாம் ஒரு குழந்தை பிறக்கும் வரை தான் இருக்கும் என்பதை அப்பாவி குமுதம் அப்போது அறிந்திருக்கவில்லை.

குமுதத்தின் பெற்றோரும், நல்ல வேளையாக நாராயண மூர்த்திக்குத் தாயார், தகப்பனர் இல்லாததைக் கண்டு ஒருவாறு திருப்தி அடைந்தனர். ஏனெனில், “பின்னால் ஏதாவது ஏசிக்

காட்டுவதாயிருந்தாலும் அவர்கள் இருந்தால்தானே!'' என்று அவர்கள் நினைத்தனர். அதற்கேற்றார் போல் நாத்தனார் என்று சொல்லிக் கொள்வதற்கும் யாரும் இல்லை.
எல்லாவற்றுக்கும் மேலாக, நாராயணமூர்த்தியின் சித்தப்பாவும், சித்தியும் கல்யாணமானதும் அவர்களைத் தனிக்குடித்தனம் வைத்து விடுவதாக வாக்குறுதி கொடுத்தனர். ஆகவே, இவ்வளவு சௌகரியமான இடம் போனால் வராது என்று எண்ணியவர்களாய் குமுதத்தின் பெற்றோர், கடனோடு கடனாகக் கல்யாணத்தைத் தங்கள் சக்திக்கு ஏற்றவாறு சீக்கிரத்திலேயே செய்து முடித்துவிட்டனர்.

பாவம், ஸ்ரீமந் நாராயணமூர்த்தியைப் போலவே இந்த நாராயணமூர்த்தியும், நாத்தனாராகவும் மாமியாராகவும் மாமனாராகவும் பின்னால் அவதாரம் எடுப்பான் என்பதை அவர்கள் கண்டார்களா? இல்லை, குமுதம்தான் கண்டாளா?

அன்று இருபத்தைந்து ரூபாய் கடன் கேட்டு வாங்கி வரலாமென்று ஹரிகிருஷ்ணன் வீட்டிற்குப் போயிருந்தான் நாராயணமூர்த்தி. என்றுமில்லாதபடி அன்று வீட்டிற்குள் நுழையும்போதே ரேடியோவின் அலறல் அவன் காதில் விழுந்தது. அவனும் இதற்கு முன்னால் எத்தனையோ முறை ஹரிகிருஷ்ணன் வீட்டிற்கு வந்திருக்கிறான்; ரேடியோவின் அலறலைக் கேட்டது கிடையாது!– இன்று..?

அவனுக்கு ஏது ரேடியோ?

''அடேயப்பா! தன்னைப் போல் மாதம் எழுபத்தைந்து ரூபாய் சம்பளம் வாங்கும் இவன் என்னவெல்லாம் செய்கிறான்!'' என்று எண்ணிக் கொண்டே உள்ளே நுழைந்த அவனை, ''என்ன, ஸ்ரீமந் நாராயணமூர்த்தி! ஒரு முறையாவது 'மகாலக்ஷ்மி'யுடன் நம் வீட்டிற்கு விஜயம் செய்யக் கூடாதோ?'' என்று கேட்டுக்கொண்டே வரவேற்றான் ஹரிகிருஷ்ணன்.

“மகாலக்ஷுமியில்லை; அவளுடைய அக்கா!” என்று தனக்குள் முணுமுணுத்துக் கொண்டே சுற்றுமுற்றும் பார்த்தான் நாராயணமூர்த்தி.

அங்கங்கே காணப்பட்ட வெள்ளிப் பாத்திரங்களும், விதம் விதமான மேஜை, நாற்காலி, ‘ஸோபா’க்களும் அவனுடைய ஆத்திரத்தை மேலும் தூண்டிவிட்டன. அவற்றைப் பார்க்கப் பார்க்க அவனுக்குத் தன் வேட்டகத்தாரின் மீது கோபம் கோபமாய் வந்தது.

அடுத்த நிமிடம் ‘கம்’மென்ற மல்லிகை மணம் அவன் கவனத்தைக் கவர்ந்தது. அத்துடன் புத்தம் புதுப் பட்டாடை கட்டி நடப்பதனால் உண்டாகும் ‘சலக், சலக்’ என்ற சத்தமும் அவன் காதில் விழுந்தது. திரும்பிப் பார்த்தான்; சாட்டை போன்ற பின்னலை முன்னால் எடுத்துப் போட்டுக் கொண்டு, முகத்தில் முல்லையின் முறுவலுடன் லாவகமாக நடந்து வந்தாள் ஸ்ரீமதி ஹரி.

“இவளும் பெண்தானே, பார்ப்பதற்கு எவ்வளவு லட்சணமாயிருக்கிறாள்!” என்று தனக்குள் எண்ணி ஏங்கினான் நாராயணமூர்ந்தி.

அதற்குள் காப்பி வந்து சேர்ந்தது. அதை எடுத்துச் சாப்பிட்டுக் கொண்டே, “என்ன, ஹரி! இந்த ரேடியோவை எப்போது வாங்கினாய்?” என்று தன் ஆவலை அடக்க முடியாமல் கேட்டுவிட்டான் நாராயணமூர்த்தி.

“உம்...நானாவது, வாங்கவாவது! சென்ற வாரம் இவளுடைய அப்பா இங்கே வந்திருந்தார். ‘சாயந்திரமானால் பொழுது போவது சிரமமாயிருக்கிறது’ என்று அவரிடம் ஒரு வார்த்தை சொன்னேன். அதற்காக இந்த ரேடியோவை வாங்கி வைத்திருக்கிறார்!” என்றான் ஹரி பெருமையுடன்.

இதைக் கேட்டதும் எரிகிற தீயில் எண்ணெய் விட்டது போலிருந்தது நாராயணமூர்த்திக்கு. ஆனாலும் அதை வெளியே காட்டிக் கொள்ளாமல், வந்த காரியத்தை முடித்துக் கொண்டு தன் வீட்டுக்குப் புறப்பட்டு விட்டான்.

***

இந்தச் சம்பவம் நடந்த இரண்டு மூன்று மாதங்களுக்குப் பிறகு, ஒரு நாள் காலையில் பஸ்ஸுக்காகக் காத்துக் கொண்டிருந்தான் நாராயணமூர்த்தி, "நோ, ரூம், நோ, ரூம்!" என்ற கண்டக்டர்களின் ஓயாத ஓலத்தைக் கேட்டுக் கேட்டு அலுத்துப்போன சமயத்தில், 'திடுதிப்'பென்று மோட்டார் சைக்கிளில் வந்து அவனுக்கு முன்னால் நின்ற ஹரிகிருஷ்ணன், "என்ன, நாராயணமூர்த்தி! பஸ்ஸுக்காகவா காத்துக் கொண்டிருக்கிறாய்?" என்று அனுதாபத்துடன் கேட்டான்.

"ஆமாம்" என்று சொல்லக்கூட வாயடைத்துப்போய், அவனையும் அவன் ஏறி வந்த புத்தம்புது மோட்டார் சைக்கிளையும் ஏற இறங்கப் பார்த்தான் நாராயணமூர்த்தி.

"என்ன, பார்க்கிறாய்? உன்னைப் போல்தான் நானும் தினசரி இந்தப் பாழாய்ப்போன பஸ்ஸுக்காகக் காத்துக் காத்துப் பார்த்துப் போதும் போதும் என்று ஆகிவிட்டது. கடைசியில் என் மாமனார்தான் இந்த மோட்டார் சைக்கிளை வாங்கிக் கொடுத்து, என்னுடைய கஷ்டத்தைத் தீர்த்து வைத்தார்!" என்றான் ஹரி.

"என்ன இருந்தாலும் நீ கொடுத்து வைத்தவன்தான்!" என்றான் நாரயணமூர்த்தி தன்னையும் மீறி வந்த வயிற்றெரிச்சலுடன்.

அதைக் கவனிக்காத அப்பாவி ஹரி, 'எங்கே போகப் போகிறாய்? ஆபீஸ்க்குத்தானே? பின்னால் ஏறிக் கொள்ளேன், கொண்டுபோய் விட்டு விடுகிறேன்!" என்றான்.

நாராயணமூர்த்தியும் இயற்கையாகவே அழுதுவடியும் முகத்தை இன்னும் அதிகமாக அழுது வடிய வைத்துக் கொண்டு, பின்னால் ஏறிக்கொண்டான். மோட்டார் சைக்கிளும் காற்றாய் பறந்தது.

வழியெல்லாம் ஹரிகிருஷ்ணன் ‘வளவள’ என்று நாராயணமூர்த்தியிடம் என்னவெல்லாமோ பேசிக்கொண்டு வந்தான். அவையெல்லாம் அவனுடைய காதில் விழவேயில்லை. அவன் மனமெல்லாம் குமுதத்தையும் அவளுடைய அப்பாவையும் சபிப்பதிலேயே ஈடுபட்டிருந்தது. ஆபீஸில் தன்னைக் கொண்டு வந்து சேர்த்த ஹரிகிருஷ்ணனுக்கு ‘தாங்ஸ்’ என்று ஒரு வார்த்தை சொல்லக்கூட அவனுடைய ஆத்திரம் இடம் கொடுக்கவில்லை. வாடிய முகத்துடனும், வேதனை நிறைந்த உள்ளத்துடனும் அன்று எப்படியோ வேலையைக் கவனித்துவிட்டு, வீடு வந்து சேர்ந்தான்.

“இன்றைக்கு விறகு வாங்க வேண்டுமே, காசு கொடுக்காமல் போய் விட்டீர்களே!” என்றாள் குமுதம்.

அவ்வளவுதான்; “விறகுதானே வேண்டும்!” என்று சொல்லி, ஏற்கெனவே ஒரு கால் ஒடிந்து கிடந்த ஈஸிசேரைத் தூக்கி அவளுக்கு முன்னால் விட்டெறிந்தான் நாராயணமூர்த்தி.

அது அக்கு வேறு, ஆணி வேறாக உடைந்து விழுந்தது. அத்துடன் குமுதத்தின் உள்ளமும் சுக்குநூறாக உடைந்தது.

“என்னை ஏன் இப்படியெல்லாம் வதைக்கிறீர்கள்? உங்களுக்குப் பிடிக்கவில்லை என்றால் சொல்லி விடுங்களேன், நாளைக்கே நான் இந்த வீட்டை விட்டுப் போய் விடுகிறேன்!” என்றாள் அழுகையும் ஆத்திரமும் கலந்த குரலில்.

"அட, சனியனே! நீ மட்டுமா போகப் போகிறாய்? உன்னுடன் கொண்டுவந்த வெள்ளிப் பாத்திரங்கள், மரச் சாமான்கள், ரேடியோ, மோட்டார் சைக்கிள், வீடுவாசல் எல்லாம் என்ன கதியை அடைவது? அவற்றையும் கையோடு எடுத்துக் கொண்டு போ!" என்று ஸ்ரீமதி ஹரியை ஞாபகத்தில் வைத்துக் கொண்டு அவளைப் பரிகாசம் செய்தான் நாராயணமூர்த்தி.

"பிறத்தியார் சொத்துக்கு ஏன் இப்படி வாயைப் பிளக்கிறீர்களோ, தெரியவில்லையே! உங்களுடைய கையால் ஒன்றுமே ஆகாதா? என்னைப் போல் பிறந்தகத்தி விருந்து ஒன்றுமே யில்லாமல் வந்த எத்தனையோ பெண்கள் இன்று புக்ககத்தில் என்னைவிட மேலாக வாழவில்லையா? கைபிடித்த கணவனின் மூலமாகவே எல்லா விதமான சுக போகங்களையும் அடையவில்லையா? ஹரிகிருஷ்ணனுக்கு அவருடைய வேட்டகத்தாரிடமிருந்து எல்லாம் கிடைக்கிறதென்று நீங்கள் ஆத்திரப்படுகிறீர்களே, அடுத்த வீட்டு அமிர்தத்துக்கு அவள் அகமுடையான் வீட்டிலிருந்தே எல்லாம் கிடைத்து வருகிறதே, அதற்காக நானும் வேண்டுமானால் உங்களைப்போல் ஆத்திரப்படக் கூடாதா? 'எனக்கு அது வேண்டும், இது வேண்டும்' என்று எந்த நேரமும் உங்களை நச்சரிக்கக் கூடாதா? வேட்டகத்தாரிடமிருந்து ஒன்றும் கிடைக்கவில்லையே என்று உங்களுக்கு இருக்கும் மனக் குறைபோல, புக்கத்தாரிடமிருந்து ஒன்றும் கிடைக்கவில்லையே என்ற மனக் குறை எனக்கும் இருக்காதா?" என்று அத்தனை நாளும் தன் அகத்தில் அடக்கி வைத்துக் கொண்டிருந்த ஆத்திரத்தையெல்லாம் அள்ளி அள்ளிக் கொட்டிக் கொண்டே போனாள் குமுதம்.

அவள் வாயைப் பார்த்தபடியே தன் வாயைப் பிளந்து கொண்டு நின்றான் நாராயணமூர்த்தி.

அத்தனை நாளும் அவனுடைய உள்ளத்தில் உதயமாகாத ஒரு உண்மை அன்று உதயமாயிற்று.

"மனக் குறை என்பது ஆணுக்கு மட்டும் அல்ல; பெண்ணுக்கும் உண்டு!" என்பதை அவன் அன்றே உணர்ந்தான்.

அவ்வளவுதான்; அவனுடைய மனம் மாறிவிட்டது. "குமுதம்! நீ கொடுத்து வைக்காதவள்!" என்றான் நாதி தழுதழுக்க.

"நீங்களும்தான்!" என்றாள் குமுதம், கண்ணீரைத் துடைத்துக் கொண்டே.

7. தேற்றுவார் யார்?

பணத்தை வீணாக்காதீர்கள்; "நேஷனல் சேவிங்ஸ் 'சர்டிபிகேட்'டுகளை வாங்கி, பத்து ரூபாய்க்குப் பதினைந்து ரூபாயாகப் பத்து வருடங்களுக்குப் பிறகு பெற்றுக் கொள்ளுங்கள்!" என்னும் சர்க்கார் விளம்பரத்தைப் படிக்கும் போதெல்லாம் எங்கள் ஊர் உத்தமநாத நாயுடுகாருக்குச் சிரிப்பு பொத்துக் கொண்டு வரும். "ஆஹா! ஏமி தயாளச் சித்த! எந்த பரோபகாரமு!" என்று அவர் தமக்குள் எண்ணிக் கொள்வார்.

பத்து ரூபாய்க்குப் பத்து வருடங்களில் அறுநூறு ரூபாய் வட்டி வாங்கும் அவருக்கு, சர்க்கார் கொடுக்கும் ஐந்து ரூபாய் வட்டியை நினைத்தால் சிரிக்காமலிருக்க முடியுமா?

உலகத்துக்கெல்லாம் ஒரு காலண்டர் என்றால், எங்கள் ஊர் உத்தமநாத நாயுடுகாருக்கு மட்டும் தனிக் காலண்டர்! – அவருடைய காலண்டரில் வருஷம் பன்னிரண்டு மாதமும் முப்பத்திரண்டு நாட்கள்தான்; கூடுதலோ குறைச்சலோ ஒன்றும் கிடையவே கிடையாது!

பொழுது விடிந்தால் இந்த அங்காடிக் கூடைக்காரர்கள் இருக்கிறார்களே, அவர்கள் வந்து நாயுடுகாருவின் வீட்டை வெல்லத்தில் ஈ மொய்ப்பதுபோல் மொய்த்துக் கொள்ளுவார்கள். அன்றைக்குத் தாங்கள் செய்யப் போகும் வியாபாரத்துக்கு முதலாக அவரிடமிருந்து ஆளுக்கு ஐந்து, பத்து என்று வாங்கிக் கொண்டு போவார்கள். சாயந்திரமானால் ஐந்து ரூபாய் வாங்கிக் கொண்டு போனவர்கள், ரூபாய்க்குக் காலணா வீதம் ஒன்றே காலணா வட்டியும் அசலில் இரண்டரை அணாவுமாகச் சேர்த்து மூன்றே முக்காலணா கொண்டு வந்து கொடுத்துவிட வேண்டும். பத்து ரூபாய் வாங்கியவர்கள் வட்டி இரண்டரை அணாவும் அசலில் ஐந்தணாவுமாகச் சேர்த்து ஏழரை அணா

கொண்டு வந்து கொடுத்துவிட வேண்டும். முப்பத்திரண்டு நாட்கள் இவ்வாறு கொடுத்து வாங்கும் கடனை அடைத்த பிறகு மீண்டும் வந்து வழக்கம்போல் தங்களுக்கு வேண்டியதை வாங்கிக் கொண்டு போகலாம். தினசரி தங்கள் வியாபாரத்தில் அவர்களுக்கு லாபம் வந்தாலும் சரி, வராமல் போனாலும் சரி– மேற்கூறிய சட்ட திட்டங்களை ஒருவரும்– ஒரு நாளும் மீறவே கூடாது. தவறினால் தலை போனாலும் பரவாயில்லையே– 'கவலை விட்டது!' என்று அந்த அங்காடிக் கூடைக்காரர்கள் நினைத்துக் கொள்வதற்குக் கூட வழியில்லாமல் தரித்திரம் அவர்களை விட்டுத் தொலைத்துவிடும் பிழைப்பே போய்விட்டால்..? பிச்சை எடுப்பதைத் தவிர வேறு வழி?

***

அன்று அம்மாயி வழக்கத்துக்கு விரோதமாகக் கொஞ்சம் நேரம் கழித்து வந்தாள். எப்பொழுது போனாலும் தர்மராஜா இல்லை என்று சொல்லமாட்டார் என்ற நம்பிக்கை அவளுக்கு!– ஆமாம், நாயுடுகாருவிடம் கடன் வாங்கும் அங்காடிக் கூடைக்காரர்கள் அத்தனை பேரும் அவரை 'தர்மராஜா' என்றுதான் மனமார வாயார வாழ்த்தி வந்தனர்.

'தர்மராஜா' என்பதற்காக எவ்வளவு நேரம் கழித்து வந்தாலும் நாயுடுகாரு சும்மா இருக்க முடியுமா, என்ன? சரக்கு மோசமாயிருந்தாலும் செட்டியார் மிடுக்காக இருக்க வேண்டாமா? ஆகவே "ஏன் இவ்வளவு நேரம்? நீ வரவில்லை என்பதற்காக நான் காத்துக் கொண்டிருக்க வேண்டுமோ?" என்று அம்மாயியைக் கொஞ்சம் அதட்டிக் கேட்டார்.

"பக்கத்து வீட்டுக்காரம்மா எங்கேயோ போயிருந்தாங்க, சாமி! அவங்க வந்ததும் என் குழந்தைகளைப் பார்த்துக் கொள்ளச் சொல்லி விட்டுவிட்டு வரலாம்னு காத்துக்கிட்டு இருந்தேன். அதனாலே கொஞ்சம் நேரமாயிடுச்சிங்க!" என்றாள் அம்மாயி கையைப் பிசைந்து கொண்டே.

"உன் குழந்தைகளை யாராவது பார்த்துக் கொள்ளாவிட்டால் அவர்களைப் பருந்து வந்து தூக்கிக் கொண்டு போய் விடுமாக்கும்! இவ்வளவு நேரம் கழித்து வந்திருக்கிறாயே, இனிமேல் என்னத்தை வாங்கி விற்று எப்பொழுது 'தண்டல்' கொண்டு வந்து கட்டுவது?– உங்கள் பேரில் குற்றம் சொல்லிப் பிரயோசனம் இல்லை; என்னைச் சொல்ல வேண்டும். நல்லதுக்குக் காலமா, இது? போனால் போகிறதென்று புண்ணியத்துக்கு என் வீட்டுப் பணத்தைக் கொடுத்தால், அதை நேரத்தோடு வந்து வாங்கிக் கொண்டு போகக் கூடாதோ?"

'அட, நீங்கள் பணம் கொடுப்பதில் புண்ணியம் வேறு இருக்கிறதா!' என்று அம்மாயி கொஞ்சமாவது ஆச்சரியப் பட வேண்டுமே? இல்லவே இல்லை. அதற்குப் பதிலாக, "நான் எம்மா நேரம் கழிச்சு வந்தா உங்களுக்கு என்ன சாமி? எப்படியாச்சும் சாயந்திரம் உங்களுக்குத் 'தண்டல்' வந்து சேர்ந்துவிடும்!' என்றாள் அவள்.

"என்ன, ஒரு சொல்லு சொன்னா ஒரேயடியா இப்படிக் கோவிச்சுக்கிறயே? யாருக்காக நீ சாயந்திரத்துக்குள்ளே 'தண்டல்' கட்டப் போறே? உன் அப்பனுக்கு அழுது கொண்டு கட்ட வேணாம்?"

அம்மாயிக்குக் கோபம் பொத்துக் கொண்டு வந்தது. "என்னை இன்னொரு தரம் இப்படியெல்லாம் சொல்லாதீங்க, சாமி! உங்கக்கிட்ட நான் ஒரு அஞ்சு ரூவா கடன் வாங்கறதுக்காவ நீங்க வேறே எனக்கு அப்பாவா இருக்க வேண்டியதில்லே!" என்றாள் அழுகையும் ஆத்திரமும் கலந்த குரலில்.

நாயுடுகாருக்குச் 'சுருக்'கென்றது. ஆனாலும் அதை அவர் வெளியே காட்டிக் கொள்ளவில்லை. இந்தச் சின்ன விஷயத்துக்காக அவர் ஒரு வாடிக்கைக்காரியை இழந்துவிட முடியுமா? ஆகவே மேலுக்குச் சிரித்துக் கொண்டே, "அதற்குச் சொல்லவில்லை, அம்மாயி! சும்மா நீ எப்படி இருக்கிறேன்னு

பார்த்தேன்! அடே யப்பா! நீ இவ்வளவு ரோசக்காரி என்று எனக்கு இப்போதுதான் தெரிந்தது!" என்று சொல்லிக் கொண்டே ஐந்து ரூபாயை எடுத்து அவளிடம் கொடுத்தார்.

அதை அடக்க ஒடுக்கத்துடன் வாங்கி முந்தானையில் முடிந்து கொண்டு, "நான் போய்விட்டு வரேன், சாமி!" என்று அம்மாயி தலைகுனிந்த வண்ணம் போய்விட்டாள்.

***

அன்று கிடங்குத் தெருவிலிருந்த எல்லாக் கடைகளிலும் ஒரே மாம்பழக் குவியலாயிருந்தது. என்னதான் பழங்கள் வந்து குவிந்திருந்தாலும் விலை என்னமோ ஏகக் கிராக்கிதான். நல்ல பழங்கள் நூறு பத்து ரூபாய்க்குக் குறையவில்லை. கொஞ்சம் வெம்பியும் அழுகியும் இருந்த பழங்கள் நூறு ஐந்து ரூபாய்க்குக் கிடைத்தன.

"என்னத்தை வாங்கி விற்றால் எவ்வளவு லாபம் கிடைக்கும்?" என்ற சிந்தனையில் அம்மாயி நெடு நேரமாக ஈடுபட்டிருந்தாள். கடைசியாக, நூறு ஐந்து ரூபாய்க்கு விற்கும் அந்த அழுகல் மாம்பழங்களின் மேல்தான் அவள் கவனம் சென்றது. கைவசம் அப்போது இருந்ததும் ஐந்து ரூபாய்தானே? ஆகவே அதற்குமேல் அவளுடைய யோசனை ஓடவில்லை.

அந்தப் பழத்தை வாங்கி ஒன்று ஓரணா என்று விற்றாலும் ஒன்றேகால் ரூபாய் லாபம் கிடைக்கும். "அங்கே நிற்காதே; இங்கே உட்காராதே!" என்று அடிக்கடி வந்து மிரட்டும் போலீஸ்காரர்களுக்கு 'நாலணா தண்டக் காசு' அழுதாலும்கூட ஒரு ரூபாய் கட்டாயம் மிஞ்சும். ஊராரில் சிலர் தங்கள் குழந்தைகளுக்குப் பலூன் வாங்கிக் கொடுத்தாலும் கொடுத்துவிடுகிறார்கள், அதைப் பார்த்துவிட்டு நம் குழந்தைகளும் தங்களுக்குப் பலூன் வாங்கித் தர வேண்டும் என்று இரண்டு மூன்று நாட்களாய் ஒற்றைக் காலால் நின்று

தொலைக்கின்றன. நம்முடைய நிலைமை அந்தக் குழந்தைகளுக்குத் தெரிகிறதா, என்ன? நாமும் எத்தனை நாளைக்குத்தான் அவற்றை ஏமாற்றிக்கொண்டு வருவது? இன்றைக்கு எப்படியாவது இரண்டணா கொடுத்து இரண்டு பலூன்களை வாங்கிக் கொண்டுபோய்க் குழந்தைகளிடம் கொடுத்துவிட வேண்டும். அப்புறம் பதினாலணா மீதி இருக்கும். அந்த 'தர்மராஜா' நாயுடுவுக்கு அசலில் இரண்டறையணாவும் வட்டி ஒன்றே காலணாவும் கொடுத்துவிட்டால் பத்தே காலணாதான் கடைசியில் மிச்சமாகும். அதிலும் வெற்றிலை பாக்கு, புகையிலைக்கு ஓரணா போனால் பாக்கி ஒன்பதே காலணாதான்!– இவ்வளவு போதாதா, ராத்திரி சாப்பாட்டுக்கு?– இப்படியெல்லாம் என்னவெல்லாமோ எண்ணித் தனக்குள் சமாதானம் செய்துகொண்டே அருகிலிருந்த ஒரு கடைக்காரனிடம் ஐந்து ரூபாய் நோட்டை நீட்டி, "ஐயா! இந்தப் பழத்தில் எனக்கு நூறு போடுங்க!" என்று சொல்லிக்கொண்டே கையோடு கொண்டு வந்திருந்த கூடையைக் கீழே வைத்தாள்.

உடனே அவன் கைக்கு ஐந்து பழங்களாக எடுத்து, "ஒண்ணு, ஒண்ணு, ஒண்ணு!...... ரெண்டு, ரெண்டு, ரெண்டு!" என்று ஏதோ ஒரு தினுசாக ராகம் இழுத்துப் பாடிய வண்ணம் எண்ணிப் போட்டான். பதினெட்டாவது 'கை' போடும்போதே, தினசரி எத்தனையோ பேரை ஏமாற்றி ஏமாற்றிப் பழகிப்போயிருந்த அவனுடைய வாய், "இருபது, இருபது...!" என்று 'மங்களம்' பாடி முடித்து விட்டது!

பாவம், தான் போட்ட லாபக் கணக்கில் அந்தக் கடைக்காரனின் கைங்கரியத்தால் பத்தணா குறைந்து போனதை அவள் அறியவில்லை; துஷ்ட நிக்ரஹ சிஷ்ட பரிபாலனம் செய்யும் பகவானும் பிரசன்னமாகி அவளுக்கு நீதி வழங்கவில்லை.

***

“மாம்பழம், மாம்பழம்!” என்று கூவிக்கொண்டே தெருத் தெருவாக நடந்தாள் அம்மாயி. பஸ்ஸுக்காக வழிநடைப் பாதையில் காத்திருந்த ஒருத்தி, “ஏ, மாம்பழம்!” என்று அவளைக் கூப்பிட்டாள்.

“ஏம்மா!” என்று பதிலுக்குக் குரல் கொடுத்துக் கொண்டே வந்து, தலைமேலிருந்த கூடையை இறக்கிக் கீழே வைத்தாள் அம்மாயி.

“டஜன் என்ன விலை?”

“ஒரே விலை சொல்லவா? இல்லே– இரண்டு விலை சொல்லவா?”

“ஒரே விலைதான் சொல்லு!”

“வேறே விலை கேட்கமாட்டீங்களே?”

“கேட்க மாட்டேன்.”

“டஜன் பன்னிரண்டணா!” என்று சொல்லி விட்டு, மனைவியை அடகு வைத்துக் காலகண்டய்யரின் கடனை அடைத்துவிட்ட அரிச்சந்திரனைப் போல ஏழை அம்மாயி சந்தோஷமடைந்தாள்.

இந்த உண்மை அந்த அம்மாளுக்குத் தெரியவில்லை. அவள் அலட்சியமாகத் தன் வாக்குறுதியை மீறி, “டஜன் ஆறணாவுக்குக் கொடுக்கமாட்டாயா?” என்று கேட்டாள்.

“என்ன, அம்மா! வேறே விலை கேட்க மாட்டேன்னு சொல்லிவிட்டு இப்படிக் கேட்கிறீங்களே?” என்று சொல்லிக்கொண்டே, அம்மாயி கூடையைத் தூக்கி மீண்டும் தலையில் வைத்துக்கொண்டாள்.

“முதல் முதல்லே ‘போனி’ பண்ணுவாங்கன்னு பார்த்தா, அந்த அம்மா இப்படிக் கேட்டுவிட்டாங்களே! அதுக்காக நஷ்டத்துக்குப் போனி பண்ண முடியுமா?” என்று தனக்குள் முணுமுணுத்துக்கொண்டாள் அம்மாயி,

மீண்டும் இன்னொரு இடத்திலிருந்து அழைப்பு!– போனாள்.

“டஜன் என்ன விலை?”

இந்தத் தடவை அவள் அரிச்சந்திரனைப் பின்பற்ற விரும்பவில்லை. “ஒண்ணரை ரூபாயுங்க!” என்றாள்.

“முக்கால் ரூபாய் கொடுப்பாயா?” என்று கொஞ்சங் கூடக் கூசாமல் கேட்டார் அந்த ஆசாமி.

“சரி, எடுங்கோ! முதல் முதல்லே போனி பண்ணுங்கோ!” என்றாள் அம்மாயி.

அந்த மனிதர் கால் டஜன் பழங்களை எடுத்துக்கொண்டு மூன்றணுவை எடுத்து அவளிடம் கொடுத்தார். அதைப் பெற்றுக்கொண்டு திரும்பியபோது அவளுக்கு எதிரே ஒரு பலூன்காரன் வந்தான். “அப்புறம் மறந்து விட்டாலும் மறந்து விடுவோம். குழந்தைகள் ஏமாந்து போகும்!” என்று எண்ணி, அவனிடம் இரண்டணாவைக் கொடுத்து இரண்டு பலூன்களை வாங்கி வைத்துக்கொண்டாள்.

சிறிது தூரம் சென்றபிறகு, அவளுக்கு வயிற்றைக் கிள்ளியது. அதற்கு ஏற்ற மாற்று வெற்றிலை போட்டுக் கொண்டு, வாயில் புகையிலையை அடக்கிக் கொள்வது என்பதுதான் அவள் வாழ்க்கையில் கண்டறிந்த அனுபவ உண்மையாயிற்றே! அருகிலிருந்த கடையில் ஓரணாவுக்கு வெற்றிலை, பாக்கு, புகையிலை வாங்கிக் கொஞ்சம் போட்டுக் கொண்டு, மீதியை மடியில் கட்டி வைத்துக் கொண்டாள்.

***

ஊரில் அப்பொழுது காலரா என்பதற்காக, சுகாதார அதிகாரிகள் வேறொன்றும் செய்யாவிட்டாலும் ஊரைச் சுற்றிச் சுற்றி வந்துகொண்டிருந்தனர். அன்று காலை கிடங்குத் தெருவில் அவர்களுடைய நடமாட்டம் அதிகமாயிருந்தது. "எங்கே அழுகல் பழங்களோடு நல்ல பழங்களியும் சேர்த்து வாரி லாரியில் கொட்டிக்கொண்டு போய் விடுவார்களோ!" என்று எல்லாக் கடைக்காரர்களும் அவர்களைப் பீதியுடன் பார்த்துக்கொண்டிருந்தனர்.

அவர்களில் யாராவது ஒருவர் தன் கடைக்கு அருகே வந்துவிட்டால் போதும், உடனே அந்தக் கடைக்காரன் அவரைக் கடைக்கண்ணால் பார்த்துக்கொண்டே, "அடேய், பையா 'ஐயா'வின் வீடு உனக்குத் தெரியுமோ, இல்லையோ? நல்ல பழங்களாக ஒரு டஜன் பொறுக்கி எடுத்துக் கொண்டுபோய் 'அம்மா'கிட்ட கொடுத்து விட்டு வாடா!" என்பான், 'ஐயா'வும் அந்தக் கடையைக் கவனிக்காதவர்போல் அப்பால் போய்விடுவார்!

அந்த அற்புதமான காட்சி ஏனோ திடீரென்று அம்மாயியின் மனக் கண் முன்னால் தோன்றிற்று. "ஐயோ! அந்தப் புண்ணியவான்கள் கண்ணில் நாம் படாமல் இருக்க வேண்டுமே!" என்ற கவலை அவளைப் பீடித்தது. முன்னும் பின்னும் பார்த்துக்கொண்டே பரபரப்புடன் நடந்தாள்.

இவ்வாறு எண்ணி அவள் இரண்டடிகூட எடுத்து வைத்திருக்கமாட்டாள். "ஏய்! கூடையில் என்னாம்மே?" என்று யாரோ அதிகார தோரணையில் கேட்பது போலிருந்தது, அம்மாயி திரும்பிப் பார்த்தாள். 'கிரீச்'சென்று நின்ற லாரியிலிருந்து யாரோ ஒருவர் இறங்கிக் கொண்டிருந்தார்.

அவர் சுகாதார அதிகாரி என்பதை அறிந்து கொண்ட அவள் கதி கலங்கிப் போய்விட்டாள். "சாமி, சாமி! ஏழையை ஒண்ணும் செய்யாதிங்க, சாமி!" என்று கெஞ்சிக் கேட்டுக் கொண்டே

கூடையை இறக்கிக் கீழே வைத்துவிட்டு, அந்த அதிகாரியின் காலைப் பிடித்துக் கொண்டாள்.

அதிகாரி ஓர் அலட்சியப் புன்னகை புரிந்துவிட்டு, "உன்னைத்தானே ஒன்றும் செய்யவேண்டாம் என்கிறாய்? சரி, போ!– டேய்! யாரடா, அங்கே?– உம்...!" என்று உறுமினர்.

அடுத்த நிமிஷம் அவர் அருகிலேயே நின்று கொண்டிருந்த ஒரு நகர சுத்தித் தொழிலாளி, அம்மாயியின் கூடையைப் பருந்துபோல் பாய்ந்து தூக்கிக்கொண்டு லாரியை நோக்கி ஓடினான்.

"ஐயையோ!" என்று அலறினாள் அம்மாயி.

அதை அவன் லட்சியம் செய்யவில்லை. பழங்களை லாரியில் கொட்டிக் கொண்டு, கூடையை அவளுக்கு முன்னால் வீசி எறிந்துவிட்டு வண்டியில் ஏறிக்கொண்டான். சுகாதார அதிகாரியும் அவனுடன் ஏறிக்கொண்டார். அவருடைய முகத்தில் அலாதிக்களை வீசிற்று. "அம்மாயியின் கூடையைக் காலி செய்ததின் மூலம் காலராவை நகரத்திலிருந்து அடியோடு ஒழித்து விட்டோம்!" என்ற திருப்தியோ, என்னமோ!

மறுகணம் அம்மாயியின் கண்களில் மண்ணை வாரிப் போட்டுக்கொண்டே லாரி 'விர்'ரென்று கிளம்பி விட்டது.

"அட, பாவிங்களா! சாயந்திரம் அந்த நாயுடுகாருக்கு நான் என்ன பதில் சொல்வேன்? குழந்தை குட்டிக்கு எப்படிக் கஞ்சி காய்ச்சி வார்ப்பேன்" என்று கண்ணீரும் கம்பலையுமுடன் கதறிக் கொண்டே, கீழே உட்கார்ந்து விட்டாள் அம்மாயி.

தன்னை மறந்த துக்கத்தில், தன் கையிலிருந்த இரண்டு பலூன்களும் விடுதலையடைந்து வானவீதியை நோக்கிப் பறந்ததைக்கூட அவள் கவனிக்கவில்லை; தானும்

தன்னுடைய குழந்தைகளும் இரவு பட்டினி கிடக்க வேண்டுமே என்றுகூட அவள் அவ்வளவாகக் கவலையடையவில்லை; 'தர்ம ராஜா நாயுடுகாரு'வுக்கு என்ன பதில் சொல்லுவது என்று எண்ணி எண்ணித்தான் அவள் ஓயாமல் அழுது கொண்டேயிருந்தாள்.

பாவம், கதியற்ற அவளுக்கு விதியைத் தவிர வேறு ஏதாவது ஆறுதல் சொல்லித் தேற்றுவார் யார்?

8. கைமேல் பலன்

'கொக்கரக்கோ' என்று கோழி கூவிற்று. சின்னப்பன் படுக்கையை விட்டு எழுந்தான். எழுந்தவன், தன் மனைவியை ஒரு முறை பரிதாபத்துடன் பார்த்தான். அவள் அசைவற்றுத் தூங்கிக் கொண்டிருந்தாள். அவளுடைய நெற்றியில் விழுந்து புரண்டு கொண்டிருந்த கூந்தலை ஒதுக்கிவிட்டு, அவன் ஒரு நீண்ட பெருமூச்சு விட்டான்.

இன்னொரு முறை கோழி கூவிற்று.

அவன் மீண்டும் ஒரு முறை தன் மனைவியைப் பார்த்தான். பார்த்துவிட்டு, "நாளெல்லாம் நாய் மாதிரி உழைச்சுப்பிட்டு வருகிறாள், பாவம்? உடம்பெல்லாம் ஒரே அசதியாயிருக்காதா? எப்படி இம்புட்டுச் சீக்கிரத்தில் எழுந்திருக்க முடியும்?" என்று தனக்குத் தானே வாய்விட்டுச் சொல்லிக்கொண்டான்.

மீண்டும் கோழி கூவிற்று.

சின்னப்பன் தன் மனைவியை லேசாகத்தீண்டி, "செல்லம், செல்லம்!" என்றான்.

செல்லம் திடுக்கிட்டு எழுந்து, "என்ன, பொழுதா விடிந்துவிட்டது" என்றாள்.

"இல்லை, இப்பத்தான் கோழி கூவிற்று" என்றான் சின்னப்பன்.

செல்வம் எழுந்து பல்லைத் துலக்கி முகத்தை அலம்பிக் கொண்டாள். குங்குமத்தை எடுத்து நெற்றியில் இட்டுக் கொண்டு, "நீங்கள் வீட்டிலே தானே இருக்கப் போறிங்க?" என்று கேட்டாள்.

“ரொம்ப நல்லாயிருக்கு! பொம்மனாட்டி வேலைக்குப் போறது; புருசன் வீட்டிலே குந்திக்கிட்டுக் கொட்டாவி விடறதா, என்ன? அந்தப் பாழாய்ப்போன ‘மாட்ச் பாக்டரி’க்காரன் மனசு எப்போ இளகப் போகுதோ, நாங்க எப்போ வேலைக்குப் போகப் போறோமோ? அதுவரை எங்கேயாச்சும் கூலி வேலை, கீலி வேலை இருக்கான்னு பார்க்கவேணுமில்லே?”

“அப்படின்ன போறப்போ தட்டியை இழுத்துச் சாத்தி நல்லாக்கட்டிட்டுப் போறிங்களா?”

“போறேன்.”

“மத்தியானம் நான் அய்யர் வீட்டிலேருந்து சோறு எடுத்துக்கிட்டு வாரதுக்குள்ளே நீங்க இங்கே வந்து இருக்கிறீங்களா?”

“இருக்கிறேன்.”

“சரி, அப்போ நான் போயிட்டு வாரேன்!” என்று சொல்லிவிட்டுச் செல்லம் நடையைக் கட்டினாள்.

சின்னப்பன் வாயில் பல் குச்சியை எடுத்து வைத்துக் கொண்டு கொல்லைப் பக்கம் சென்றான்.

***

அந்த ஊரில் 'எம். எம். மாட்ச் பாக்டரி' என்றால் "மன்னார்குடி மாணிக்கம் தீக்குச்சித் தொழிற் சாலை" என்று எல்லோருக்கும் தெரியும். அந்தத் தொழிற்சாலையில் ஏறக் குறைய இருநூறு பேருக்கு மேல் வேலை செய்து வந்தனர்.

இந்த இரு நூற்றுச் சொச்சம் பேருடைய வயிறுகளையும் சென்ற மகாயுத்தத்தின் போது தோன்றிய பஞ்சம், சமதர்மவாதிகளாக மாற்றிவிட்டது. தங்களுக்குத் தெரியாமல் சமதர்மவாதிகளாக மாறிவிட்ட தங்கள் வயிறுகளைத் தேசியவாதிகளாக மாற்ற அந்த அப்பாவித் தொழிலாளிகள் பெருமுயற்சி செய்தனர். அந்த முயற்சியில் அவர்கள் ஒரு வருஷம் வெற்றி யடைந்தனர்; இரண்டு வருஷங்கள் வெற்றி யடைந்தனர்; மூன்று வருஷங்கள் வெற்றியடைந்தனர். அதற்குமேல் அவர்களுடைய முயற்சி பலிக்கவில்லை; அந்தப் பாழும் வயிறுகள் அத்தனையும் 'அசல் சமதர்மவாதி'களாகவே மாறி, நிலைத்து நீடித்து நின்றுவிட்டன!

இதன் பயனாகத் தங்களுக்குச் சம்பள உயர்வுவேண்டு மென்று கோரி, முதலில் அவர்கள் முதலாளிக்கு 'நோட்டீஸ்' விடுத்தனர். முதலாளிகளின் சம்பிரதாயத்தை யொட்டி அந்த 'நோட்டீஸ்' காற்றில் பறக்க விடப்பட்டு விடவே, தொழிலாளிகள் கடவுளுக்கு அடுத்தபடியாக இருந்த வேலை நிறுத்தத்தில் இறங்கினர்; கடவுளைப் போல் வேலை நிறுத்தம் தங்களைக் கைவிடாதென்றும் அவர்கள் நம்பினர். அப்படி நம்பியவர்களில் ஒருவன்தான் சின்னப்பன்.

வேலை நிறுத்தம் ஆரம்பித்து விளையாட்டுப் போல் இரண்டு மாதங்களாகிவிட்டன. சர்க்கார் வழக்கம் போல் அந்த வேலை நிறுத்தத்தைச் சட்டவிரோத மாக்கிவிட்டுப் பேசாமலிருந்தனர். தொழிலாளிகள் இந்த இரண்டுமாத காலமும் கூட்டம் கூட்டமென்று கூட்டினர்; பேச்சுப் பேச்சென்று பேசினர்; தீர்மானம் தீர்மானமென்று நிறை வேற்றினர்—எந்த விதமான பலனும் இல்லை.

இருந்தாலும் அவர்கள் சளைக்கவில்லை; "வெற்றி நமதே!" என்று கோஷித்துக் கொண்டு வீதியெல்லாம் சுற்றிச் சுற்றி வந்தனர். இதில் வேடிக்கை என்னவென்றால், இவ்வாறு கோஷமிடுவதற்கும் அவர்கள் ஏதாவது சாப்பிட

வேண்டியிருந்தது; அதற்காகத் தங்கள் உடம்பையும் உயிரையும் பணயம் வைத்து உழைக்கவேண்டியிருந்தது. இதை நினைத்துத்தான் மன்னார்குடி மாணிக்கம் மௌனம் சாதித்து வந்தார். அத்துடன் அவர் நிற்கவில்லை; அவர்களுடைய 'சரணாகதி'யை எதிர்பார்த்துத் தமக்குள் சிரித்துக் கொண்டுமிருந்தார்!

இந்தச் சிரிப்பைச் சின்னப்பன் பொருட்படுத்தாம விருப்பதற்குச் செல்வம் துணை புரிந்தாள். அதாவது, வேலை நிறுத்தம் ஆரம்பமானதும் அவள் அந்த ஊர்ப் பெரிய மனிதர் வீடு ஒன்றில் வேலைக்கு அமர்ந்தாள். காலையில் வீடு வாசலைப் பெருக்கிச் சாணம் தெளித்துக் கோலமிடுவது. பாத்திரம் தேய்ப்பது, துணி துவைப்பது, காலைச் சிற்றுண்டிக்கு மாவு அரைத்துக் கொடுப்பது முதலியவைதான் அவளுடைய வேலைகள். இந்தப் பிரமாத வேலைக்கு மாதம் பிறந்தால் சுளை சுளையாக ஐந்து ரூபாய் சம்பளம், அத்துடன் மத்தியான வேளையில் ஏதாவது சாதம், குழம்பு மீதமானால், அவை பிச்சைக்காரனுக்கு அல்ல; அவளுக்குத்தான்!

மத்தியானம் மட்டுமா இந்தச் சலுகை? இரவில் ஏதாவது கறி வகைகள் மிஞ்சி மறுநாள் காலை அவை கெட்டுப்போனால் செல்லத்துக்கு அடித்ததுயோகம்! அந்தக் கறி வகைகள் அத்தனையும் குப்பைத் தொட்டிக்கா என்கிறீர்கள்?—இல்லை, இல்லை; செல்லத்தின் வயிற்றுக்குத் தான்!

செல்லத்துக்கு அடித்து வந்த இந்த யோகம், கடந்த இரண்டு மாத காலமாகச் சின்னப்பனுக்கும் அடித்து வந்தது. அதன் பயனாக அவளுடைய உயிர் மட்டும் அல்ல: அவனுடைய உயிரும் உடம்பில் ஊசலாடிக் கொண்டிருந்தது. இருவரும் உயிருள்ள பிணங்களைப்போல ஊரில் நடமாடிக் கொண்டிருந்தனர். அன்று மத்தியானம் 'அலைந்தது மிச்சம்' என்று அய்யர் வீட்டுச் சோற்றை எதிர்பார்த்தவனாய்ச் சின்னப்பன் சீக்கிரமாகவே வீட்டுக்கு வந்து விட்டான் வந்தவன் தட்டியை அவிழ்க்கவும் இல்லை; குடிசைக்குள்

நுழையவுமில்லை, வாசலிலேயே நின்று அவளுடைய வரவை ஆவலுடன் எதிர்பார்த்து நின்றான்.

நின்றான், நின்றான், நின்றான்—நின்று கொண்டேயிருந்தான்.

சிறிது நேரத்துக்கெல்லாம் அவள் சற்றுத் தூரத்தில் வருவது தெரிந்தது: அவளைக் கண்டதும் அவன் முகம் மலர்ந்தது சூரியனைக் கண்ட தாமரையைப் போல அல்ல; சோற்றைக் கண்ட ஏழையைப் போல.

அவள் அருகில் வந்தாள்: அவன் முகம் குவிந்தது!

ஏன் தெரியுமா?—இத்தனை நாளும் அவளுடைய முகத்தில் ஒருவிதக் களை இருக்குமே, அந்தக் களையை இன்று காணவில்லை; இத்தனை நாளும் அவளுடைய கையில் சாதம் இருக்குமே, அந்தச் சாதத்தையும் இன்று காணவில்லை!

"இன்னிக்குத் திடீரென்று அய்யர் வீட்டுக்கு ரெண்டு விருந்தாளிங்க வந்துட்டாங்க, அதாலே ஒண்ணும் கிடைக்கலே!" என்று சொல்லி வருத்தத்துடன் கையை விரித்தாள் செல்லம்.

"அதுக்குத்தான் என்ன பண்றது! தண்ணீர் இருக்கவே இருக்கு; யார் வீட்டுக்கு எத்தனை விருந்தாளிங்க வந்தாலும் நம்மை அது தாங்குமில்லே!" என்று சொல்லி, ஒரு வறட்டு சிரிப்புச் சிரித்தான் சின்னப்பன்.

"அப்படின்னா நான் வாரேன்! ஏகப்பட்ட துணிங்க இருக்கு; தோய்ச்சுப் போடணும்!" என்று சொல்லிவிட்டுத் திரும்பினாள் செல்லம்.

"சரி, போய் வா! நானும் 'மீட்டிங்'குக்குப் போறேன்" இன்னிக்குப் பட்டணத்திலே யிருந்து யாரோ ஒரு பெரிய தலைவரு வந்து பேசப் போறாராம்!" என்றான் சின்னப்பன்.

இருவரும் பிரிந்தனர்—நிரந்தரமாக அல்ல;
தற்காலிகமாகத்தான்!

***

அன்று மாலை செல்லம் வீட்டில் விளக்கேற்றி வைத்து விட்டு வாசலுக்கு வந்து நின்றாள். சின்னப்பன் வந்தான்.

"வாங்க, பட்டணத்திலேயிருந்து வந்த தலைவரு என்ன சொன்னாரு?" என்று ஆவலுடன் விசாரித்தாள் செல்லம்.

சின்னப்பன் தலையைச் சொறிந்து கொண்டே, "அவர் நல்லதைத்தான் சொன்னாரு!" என்றான்.

"என்ன, நல்லதைச் சொன்னாரு?"

"இப்போ எங்கே பார்த்தாலும் தீப்பெட்டிக்குப் பஞ்சமாயிருக்குதில்லே? இந்தச் சமயத்திலே நீங்க 'ஸ்ட்ரைக்' சேஞ்சி உற்பத்தியைக் குறைக்கலாமான்னு கேட்டாரு!"

"உற்பத்தியைக் குறைக்காம இருப்பதற்கு உழைக்கிறவனுங்க உடம்பிலே கொஞ்சமாச்சும் தெம்பு இருக்க வேணாமா?—அதுக்குக் கொஞ்சம் சம்பளத்தை ஒசத்திப் போட்டால் என்னவாம்?"

"எப்படி ஒசத்தறது? உற்பத்தியைப் பெருக்குனாத்தானே முதலாளிக்கு லாபம் அதிகமா வரும்? அவரும் சந்தோசமா சம்பளத்தை ஒசத்திப் போடுவாரு!— இது தெரியாம இத்தனை நாளா நாங்களும் இந்த 'ஸ்ட்ரைக்' கைக் கட்டிகிட்டு அழுதோமே!" என்று சொல்லித் தன் அடி வயிற்றில் லேசாக அடித்துக் கொண்டான் சின்னப்பன்.

"அப்படியா சங்கதி? அப்படின்ன நீங்க இப்போ என்ன தீர்மானம் பண்ணியிருக்கீங்க?" என்று கேட்டாள் செல்லம்.

"தீர்மானம் என்ன? நாளையிலேருந்து எல்லோரும் பழையபடி வேலைக்குப் போகப் போறோம்!" என்று சின்னப்பன் சொன்னன்.

"இதுக்குத்தானா இம்புட்டு நாளா ஊரைச் சுற்றிச் சுற்றி வந்தீங்க?" என்று சொல்லிச் சிரித்துக் கொண்டே செல்லம் முகவாய்க் கட்டையில் கையை வைத்துக் கொண்டாள்.

"எல்லாம் பட்டாத்தானே தெரியும்!" என்று அலுத்துக் கொண்டு கீழே உட்கார்ந்தான், கடமையை உணர்ந்து உரிமையை மறந்த சின்னப்பன்.

"நல்ல கூத்து, போங்க!" என்று சொல்விக் கொண்டே, செல்லம் தன் மடியிலிருந்து ஒரு பிடி வேர்க்கடலையை எடுத்து அவனுக்கு எதிரே 'கலகல' வென்று போட்டாள்.

"ராத்திரிக்காச்சும் கஞ்சிகிஞ்சி காய்ச்சலையா" என்று சின்னப்பன் ஒப்பாரி வைத்தான்.

"இந்தாங்க, காய்ச்சாத கஞ்சி!" என்று சொல்லி, ஒரு குவளை நிறையக் குளிர்ந்த நீரை எடுத்து வந்து அவனுக்கு எதிரே வைத்து விட்டுச் சிரித்தாள் செல்லம்.

***

எழுபது நாட்களுக்குப் பிறகு, 'எம். எம். மாட்ச் பாக்டரி'யில் மீண்டும் வேலை தொடங்கிற்று. முன்னெல்லாம் மாலை ஐந்தரை மணி மட்டும் வேலை செய்து கொண்டிருந்த தொழிலாளிகள், இப்பொழுது இரவு ஒன்பதரை மணி வரை வேலை செய்ய ஆரம்பித்தனர். இதனால் அவர்களுடைய ஊதியமும் கொஞ்சம் உயர்ந்தது; உற்பத்தியும் பெருகிற்று.

மொத்த வியாபாரிகள் திணறிப் போகும்படியாகத் தீப்பெட்டிகளைக் கட்டுக் கட்டாக அனுப்பி வைத்தார் மன்னார்குடி மாணிக்கம் அவர்கள், "போதும், போதும்!" என்று அலறும் வரை அவர் நிறுத்தவேயில்லை.

அந்த மாதம் சம்பளம் வாங்கியதும் "செல்லம், நீ நாளையிலேருந்து அய்யர் வீட்டு வேலைக்குப் போக வேணாம்; என்னுடைய சம்பாத்தியமே போதும்!" என்று சின்னப்பன் தன் மனைவியிடம் சொல்லி விட்டான். அதைக் கேட்டு அவளும் பூரித்துப் போனாள்.

இருந்தாலும் சின்னப்பனுக்கும் அவனைச் சேர்ந்தவர்களுக்கும் ஒரு குறை இருக்கத்தான் இருந்தது அதாவது, "இப்பொழுது நாம் இரவு ஒன்பதரை மணிவரை வேலை செய்வதால் தானே சம்பளம் கொஞ்சம் அதிகமாக் கிடைக்கிறது? அப்படிச் செய்யா விட்டால் பழைய சம்பளம்தானே கிடைக்கும்?" என்று எண்ணி அவர்கள் அதிருப்தி யடைந்தார்கள். ஆனால் அந்த அதிருப்தியிலும் அவர்களுக்கு ஒரு நம்பிக்கை இருந்தது. அந்த நம்பிக்கை, "நாம் உற்பத்தியைப் பெருக்கினால் ஊதியம் தானாகவே உயரும்" என்பது தான்.

இந்த நம்பிக்கையில் ஒரு வருஷம் எப்படியோ ஓடிவிட்டது. அரையணாவுக்கு விற்ற தீப்பெட்டி முக்காலணாவாக உயர்ந்தது. இதனால் தானே, அல்லது உற்பத்தியைப் பெருக்கியதினால்தானே சுற்றுப்புறத்திலிருந்த தீப்பெட்டிப் பஞ்சம் தீர்ந்தது. மன்னார்குடி மாணிக்கம் இன்னும் கொஞ்சம் முன்னால் வந்த தம் தொந்தியை லேசாகத் தடவி விட்டுக் கொண்டார். ஆனால், சின்னப்பனுக்கும் அவனைச் சேர்ந்தவர்களுக்கும் இருந்த கவலை மட்டும் இன்னும் தீரவில்லை. அதாவது, அவர்கள் நினைத்தபடி சம்பளம் உயரவில்லை.

அதற்குப் பதிலாக, "நம்மிடம் தீப்பெட்டி 'ஸ்டாக்' அதிகரித்து விட்டது. மொத்த வியாபாரிகளிடமிருந்து 'ஆர்டர்'ரும் வரவில்லை அவர்களெல்லாம் விலையைக் குறைப்பதற்கு ஏதாவது முயற்சி செய்தால் தேவலை என்று வேறு எழுதி வருகிறார்கள். எனவே, இனி உங்களுக்கு இரவில் வேலை கிடையாது; பகலில் மட்டுந்தான் வேலை!" என்று மன்னார்குடி மாணிக்கம் அறிவித்து விட்டார்.

அவர்தான் என்ன செய்வார், பாவம்! நிலைமை லாபத்தில் நஷ்டம் வரும் அளவுக்கு வந்து விட்ட போது, அவர் பேசாமல் இருக்க முடியுமா?

இருந்தாலும், இதைப் பற்றிப் 'பட்டணத்துத் தலைவர்' வந்து ஏதாவது சொல்வார் என்று 'எம். எம். மாட்ச் பாக்டரி' தொழிலாளிகள் எதிர்பார்த்தனர். ஆனால், அவர் அந்தப் பக்கம் வரவும் இல்லை; ஒன்றும் சொல்லவும் இல்லை!

***

அன்று காலை வேலைக்குப் புறப்படும்போது, "செல்லம், நாலுபேரைப் போல தாமும் நல்லாயிருக்கிறதுக்கு இருபத்து நாலு மணி நேரம் வேணுமானாலும் நான் வேலை செய்யலாம்னு எண்ணியிருந்தேன்; அதுக்கும் இனிமேல் வழியில்லாமல் போச்சு!" என்றான் சின்னப்பன்.

"ஏன்?" என்று கேட்டாள் செல்லம்.

"தீப்பெட்டி 'ஸ்டாக்' ஏராளமா இருக்குதாம். அதுக்காக இனிமேல் ராத்திரியிலே வேலை இல்லைன்னு எசமான் சொல்லிட்டாரு!"

"அப்படின்னா இனிமேல் பழைய சம்பளம் தான் கிடைக்கும்னு சொல்லுங்க!"

"ஆமாம்."

"தொலையறது! ஏதோ கிடைச்சவரை திருப்தியடைய வேண்டியதுதானே?" என்றாள் செல்லம்.

"வேறே என்ன செய்யறது? நாம் அம்புட்டுத்தான் கொடுத்து வச்சிருக்கோம்—நான் போய்வாரேன்!" என்று சொல்லிவிட்டுப் போனான் சின்னப்பன்.

அவனை வாசல் வரை சென்று வழியனுப்பிவிட்டு, செல்லம் வீட்டுக் காரியங்களில் ஈடுபட்டாள்.

அடுப்பை மூட்டி உலை வைத்துவிட்டு அவள் அரிசியைக் கழுவிக் கொண்டிருந்த சமயத்தில், சின்னப்பன் எதிர் பாராத விதமாகத் தளர் நடை நடந்து வந்து அவளுக்கு எதிரே நின்றான்.

"என்னங்க, என்ன உடம்புக்கு? லீவு கீவு போட்டுட்டு வந்துட்டீங்களா?" என்று கேட்டுக் கொண்டே, அவனைத் தலைநிமிர்ந்து பார்த்தாள் செல்லம்.

அவன் ஒன்றும் சொல்லாமல் விசித்து விசித்து அழுதான்.

செல்லம் திடுக்கிட்டு எழுந்து நின்று, "என்னங்க, என்ன? விசயத்தைச் சொல்லுங்களேன்!" என்று பரபரப்புடன் கேட்டாள்.

அதற்கும் அவன் ஒன்றும் பதில் சொல்லாமல் மீண்டும் விம்மி விம்மி அழுதான்.

"ஐயோ! இதென்ன, பொம்மனாட்டி மாதிரி இப்படித் தேம்பித் தேம்பி அழறீங்களே!—ஏதாச்சும் தப்புத் தண்டா செய்து விடடுப் போலிசிலே கீலிசிலே மாட்டிக்கிட்டீங்களா, என்ன?" என்று கவலையுடன் கேட்டாள் செல்லம்.

"அதெல்லாம் ஒண்ணுமில்லை, செல்லம்! இனிமேல் நாம் எப்படிப் பிழைக்கப் போறோம்னுதான் எனக்குத் தெரியலே!" என்று விக்கலுக்கும் விம்மலுக்கும் இடையே ஆரம்பித்தான் சின்னப்பன்.

"பிழைச்சாப் புழைக்கிறோம், செத்தாச் சாகிறோம்—முதல்லே விசயம் என்னான்னு சொல்லித் தொலையுங்க!" என்று செல்லம் கத்தினாள்.

"ஆமாம், செல்லம்! நீ சொல்றது சரிதான்! நாம் செத்தால் சாகிறோம், பிழைச்சாப் பிழைக்கிறோம்னுதான் எங்க முதலாளியும் நினைச்சுப்பிட்டாடு! அவரு உற்பத்தியைக் குறைக்கணும்னு இன்னிக்கு ஐம்பது பேரை வீட்டுக்கு அனுப்பி வைச்சுட்டாரு! அவர்களிலே நானும் ஒருத்தன்" என்று சின்னப்பன் விஷயத்தை ஒருவாறு சொல்லி முடித்தான்.

அவ்வளவுதான்; செல்லம் ஏனோ 'குபீர்' என்று சிரித்தாள்!

சின்னப்பன் அழுகையை நிறுத்தி விட்டு அவளை ஆச்சரியத்துடன் பார்த்தான்.

"கவலை வேணாம், போங்க! பட்டணத்துத் தலைவர் சொன்னபடி உற்பத்தியைப் பெருக்கினீங்க, கைமேல் பலன் கிடைச்சுது! அம்புட்டுத்தானே?" என்று சொல்லி விட்டு, அவள் மீண்டும் மீண்டும் மீண்டும் சிரித்துக் கொண்டே இருந்தாள்.

9. கருவேப்பிலைக்காரி

வழக்கம்போல் இன்றும் விடியற்காலை ஐந்து மணிக்குப் படுக்கையைவிட்டு எழுந்தேன், மணி பத்தாகும் வரை 'அவ'ருக்கு வேலை செய்வதற்கே பொழுது சரியாயிருந்தது.

மாதம் பிறந்தால் அந்த இன்ஷ்யூரன்ஸ் கம்பெனிக்காரன் அவருக்குத் தொண்ணூற்றைந்து ரூபாய் 'பிச்சைக்காசு' கொடுத்தாலும் கொடுத்து விடுகிறான். அவர் மட்டுமா அவனுக்குப் பயப்பட வேண்டியிருக்கிறது? நானும்தான் அவர் மூலம் அவனுக்குப் பயப்பட வேண்டியிருக்கிறது!

மணி பத்துக்கு மேல் ஒரு நிமிஷம் ஆகிவிட்டால் போதும், அவர் தவியாய்த் தவித்துக் குதியாய்க்;குதிப்பார்! —அவர் குதிப்பதைப் பார்த்துக்கொண்டு நான் சும்மா இருக்க முடிகிறதா?—கை பிடித்த தோஷம்! நானும் அவருடன் சேர்ந்து குதித்துத்தான் ஆகவேண்டும்.

இதனால் அவருக்கு ஒன்றும் கஷ்டமில்லே—நேரம் கழித்துச் சென்றால் மானேஜர் கோபித்துக் கொள்வாரே என்பதைத் தவிர! எனக்குத்தான் கஷ்டமெல்லாம்.

நான்தான் அவருக்குப் பயந்து தொலைகிறேன்; பாழாய்ப் போன அடுப்பு அவருக்குப் பயந்து தொலைகிறதா என்ன? அது தன்பாட்டுக்கு நிர்விசாரமாக எரிந்துத் தொலைகிறது!

அவசரத்தில் நான் அதைத் தூண்டிவிடும் போது, அது சில சமயம் என் கை விரல்களைத் தீண்டிவிடும்: 'அப்பப்பா!' என்று துடித்துப் போவேன். அதுதான் சமயமென்று கஞ்சித்தண்ணீர் வேறு என் காலில் கொட்டிக் கொண்டு விடும்; பச்சைத் தண்ணீரைக் கைமேலும் கால் மேலும் கொட்டியவண்ணம் பதை பதைத்துப் போவேன்.

இந்தச் சமயத்தில், "என்ன, லலிதா! ஏதாவது கொண்டு வருகிறாயா? இல்லை, நான் போகட்டுமா?" என்று அவர் வெட்டு ஒன்றும் துண்டு இரண்டுமாகக் கேட்பார்.

அவர் அவ்வாறு கேட்கப் பிறந்தவர்; கேட்கலாம். "இப்பொழுது ஒன்றும் கொண்டு வருவதற்கில்லை; நீங்கள் போகலாம்!" என்று நான் பதிலுக்குச் சொல்ல முடியுமா? — அவ்வாறு சொல்ல நான் பிறந்தவளல்லவே?—நான் மட்டும் என்ன, எங்கள் வர்க்கமே அவ்வாறு சொல்வதற்குப் பிறந்ததல்லவே!

ஆகவே, "இதோ வந்து விட்டேன்!" என்று எல்லாவற்றையும் ஆவி பறக்கப் பறக்க எடுத்துக் கொண்டு கூடத்தை நோக்கி ஓட்டமாய் ஓடுவேன். அவர் தம்முடைய காரியங்களை யெல்லாம் முடித்துக் கொண்டு, நைவேத்தியத்துக்காகக் காத்துக் கொண்டிருக்கும் கல்லுப் பிள்ளையாரைப் போல் உட்கார்ந்திருப்பார். இலையைப் போட்டு எல்லாவற்றையும் பரிமாறிய பிறகு, நிமிர்ந்து நின்று எரியும் கையை வாயால் ஊதி ஊதித் தணிக்கப் பார்ப்பேன். அதற்காக அவர் "ஐயோ, பாவம்!" என்று பச்சாதாபப் படுவார் என்கிறீர்களா? அதுதான் கிடையாது. "அவ்வளவு அஜாக்கிரதை" என்று கடிந்து கொள்வார்!

இன்று நான் விழித்த வேளை நல்ல வேளை போலிருக்கிறது. மேற்கூறிய விபத்து எதுவும் இன்று எனக்கு நேரவில்லை; குழந்தை ராதையும் மணி பத்துக்கு மேலாகியும் தொட்டிலை விட்டுக் கீழே இறங்கவில்லை. அவள் தன் பாட்டுக்குத் தொட்டிலுக்கு மேலே கட்டித் தொங்கும் பறக்கும் கிளிப் பாவையுடன் ஏதோ 'ங்கா' பாஷையில் பேசிக் கொண்டிருக்கிறாள்.

அப்பப்பா! சில சமயம் அவள் தன் 'ங்கா' பாஷையைக் கை விட்டுவிட்டு, 'குவா, குவா' என்ற பாஷையில் கத்த ஆரம்பித்து விட்டால் 'போதும், போதும்' என்று ஆகிவிடுகிறது.

இம்மாதிரி சமயங்களில் அடுப்புக் காரியமும் ஆகவேண்டி யிருந்தால், 'குழந்தை வேண்டாம்!' என்று தீர்த்த யாத்திரை போவதற்கு ஏதாவது கோயிலோ, குளமோ இருக்காதா என்று தோன்றி விடுகிறது!

நானும் குழந்தை பிறந்ததிலிருந்துதான் அவரிடம் சொல்லிக் கொண்டு வருகிறேன், "வீட்டில் இருப்பது நான் ஒருத்தி; அழுகிற குழந்தையை வைத்துக் கொண்டு என்னால் உங்கள் அவசரத்துக்குச் சமைத்துப் போட முடியாது. அதைத் தூக்கி வைத்துக் கொண்டிருக்க யாராவது ஓர் ஆளைப் போடுங்கோ!" என்று. அவர் எங்கே அதைக் காதில் வாங்கிக் கொள்கிறார்!

"எனக்குக் கிடைப்பதோ மாதம் தொண்ணூற்றைந்து ரூபாய். அதில் ஐந்தே ஐந்து ரூபாயை என் செலவுக்கு எடுத்துக் கொண்டு மீதி தொண்ணூறு ரூபாயை உன்னிடமே கொடுத்துவிடுகிறேன். நீயோ அதுவே செலவுக்குப் போதவில்லையென்று எப்பொழுது பார்த்தாலும் அழுது வடிகிறாய் —முடியுமானால், நீ அதற்குள்ளேயே குழந்தையைத் தூக்கி வைத்துக் கொண்டிருப்பதற்காக ஒரு வேலைக்காரியைப் பார்த்து வைத்துக் கொள்ளேன்; நானா வேண்டாம் என்கிறேன்!" என்று சொல்லி அவர் தம் பொறுப்பைத் தட்டிக் கழித்து விடுகிறார்.

அவர் சொல்வதிலும் நியாயம் இல்லாமற் போகவில்லை. அப்படியானால் நான் சொல்வதில்தான் நியாயம் இல்லையோ?

இவ்வாறு நான் எண்ணிக் கொண்டிருக்கும் போது தான் அம்புஜம் வந்தாள் அவள் என் வீட்டுக்கு அடுத்த வீட்டுக்காரி. அவளுடைய கணவரும் என்னுடைய கணவருடன்தான் வேலைப் பார்க்கிறார். இருவருக்கும் ஒரே சம்பளந்தான் என்று கேள்வி.

அப்போதுதான் நான் அலமாரியைத் திறந்து ஒரு கதைப் புத்தகத்தை எடுத்து வைத்துக் கொண்டு படிக்க உட்கார்ந்தேன். அம்புஜம் வருவதற்கும், குழந்தை ராதை 'ங்கா' பாஷையைக் கைவிட்டுவிட்டு 'குவா' பாஷையில் கத்த ஆரம்பிப்பதற்கும் சரியா யிருந்தது.

"உன்னை வைத்துக் கொண்டுகூட யாராவது ஏதாவது படிக்க முடியுமோ?" என்று அலுத்துக் கொண்டே நான் புத்தகத்தை மூடி வைத்துவிட்டுக் குழந்தையைத் தூக்கி வைத்துக் கொள்வதற்காக எழுந்தேன்.

"இருப்பது நீங்கள் இரண்டே பேர்—இந்தக் குழந்தையைத் தவிர! பகவான் கிருபையில் அவருக்கு மாதம் நூறு ரூபாய் சம்பளம் கிடைக்கிறது. மாதம் ஐந்து ரூபாய் கொடுத்தால் யாராவது ஒருத்தி வேலைக்கு வந்து குழந்தையை அழவிடாமல் பார்த்துக் கொள்ள மாட்டாளோ? அப்படிச் செய்வதை விட்டுவிட்டு இப்படி அலுத்துக் கொள்வானேன்?" என்றாள் அம்புஜம்.

"அவருக்குச் சம்பளம் நூறு ரூபாயா? இல்லையே!—தொண்ணூற்றைந்து ரூபாய். அதிலும் ஐந்து ரூபாய் அவருடைய செலவுக்கு எடுத்துக் கொண்டு என்னிடம் தொண்ணூறு ரூபாய்தானே கொடுக்கிறார்!" என்றேன் நான், குழந்தையைத் தூக்கித் தோளின் மேல் போட்டுக் கொண்டே.

"ஏன், பாக்கி ஐந்து ரூபாய் எங்கே போகிறதாம்? நேற்றுக்கூட ஏதோ பேச்சு வாக்கில் அவர் என்னிடம் சொன்னரே, எனக்கும் நூறு ரூபாய்தான் சம்பளம் அடுத்த வீட்டுக்காரனுக்கும் நூறு ரூபாய்தான் சம்பளம் என்று!"

"பார்த்தாயா, அம்புஜம்! இப்படிப்பட்ட மனுஷனைக் கட்டிக்கொண்டு நான் என்ன செய்வது? அன்றைக்குக்கூடச் சொன்னேன், இந்த அழுகிற குழந்தையை வைத்துக் கொண்டு என்னால் வீட்டு வேலைகளைக் கவனித்துக் கொள்ள

முடியவில்லை என்று! 'நான்தான் ஐந்தே ஐந்து ரூபாய் எடுத்துக் கொண்டு பாக்கியை அப்படியே உன்னிடம் கொடுத்து விடுகிறேனே, இன்னும் என்னை என்ன செய்யச் சொல்லுகிறாய்?' என்று அரிச்சந்திரனுக்கு அடுத்த வீட்டுக்காரன் மாதிரி அலுத்துக் கொண்டாரே, அவர்? சாயந்திரம் வரட்டும்; அவரை என்ன பாடு படுத்தி வைக்கிறேன் பார்!" என்றேன் நான் ஆத்திரத்துடன்.

"நன்றாய்ப் படுத்து! இந்தப் புருஷர்களே இப்படித் தான்! சொல்வது ஒன்று; செய்வது ஒன்று. நிஜமாகவே இவர்கள் இருவருக்கும் நூறு ருபாய்தான் சம்பளம் கிடைக்கிறதோ, இல்லை—அதற்கு மேல்தான் கிடைக்கிறதோ—யார் கண்டது?" என்று மேலும் சந்தேகத்தைக் கிளப்பி விட்டாள் அவள்.

என்னையும் மீறிவந்த ஆக்திரத்தை ஒருவாறு அடக்கிக் கொண்டு. "என்னமோ, எல்லாம் அந்தக் கடவுளுக்குத் தான் தெரியும்!" என்றேன் நான்.

சிறிது நேரத்துக்குப் பிறகு, "போய் வருகிறேன்" என்று சொல்வி விட்டு அவள் கிளம்பினாள்.

அதற்குள் குழந்தை ராதையும் நல்ல வேளையாகத் தூங்கி விட்டாள். அவளைத் தொட்டிலில் கிடத்திவிட்டு, நான் அம்புஜத்துடன் வாசல் வரை சென்றேன்.

கருவேப்பிலைக்காரி வந்தாள். அவளை அழைத்துத் திண்ணை யண்டை விட்டுவிட்டு, நான் உள்ளே சென்றேன் ஒரு பிடி அரிசி கொண்டு வருவதற்காக.

தனிக் குடித்தனம் செய்வதில் சௌகரியம் இருந்தாலும், அசௌகரியமும் இல்லாமற் போகவில்லை. தினந்தோறும் கடைக்குப் போய்வர அவருக்குச் சௌகரியப்படுகிறதா, என்ன? அவர் கடைக்குப் போய்வர முடியாத நாட்களில்

எனக்குத் தெருவோடு போகும் அங்காடிக் கூடைக்காரர்களை விட்டால் வேறு வழியே கிடையாது.

***

"ஏ, அம்மா! நேரமாவுது, அம்மா; சீக்கிரம் வா, அம்மா!" என்றாள் கருவேப்பிலைக்காரி.

"என்னடி, அப்படிப் பறக்கிறே? அரிசி எடுத்துக் கொண்டு வர வேண்டாமா?" என்று சொல்லிக் கொண்டே நான் வெளியே வந்தேன்.

"ஐயோ! காத்தாலே பொறப்படறபோதே, அவரு 'சீக்கிரமா வா!'ன்னாரு. நேரம் கழிச்சுப் போனா அவரு என்னை அடிச்சுக் கொன்னுப் பிடுவாரு. அம்மா!"

"அது யாரடி, அவர்?"

"எம் புருஷன், அம்மா!"

"ஏன், அவன் எங்கேயாவது வேலை வெட்டிக்குப் போவதில்லையா?"

"சரித்தான்; அவரு எங்கேயாச்சும் வேலை வெட்டிக்குப் போவாம, வூட்டிலே சும்மாக் குந்திக்கிட்டு இருந்தாலும் பரவாயில்லையே! அடிக்கொரு தரம் எங்கேயாச்சும் திருடி விட்டு அவரு ஜெயிலுக்குப் போயிடுவாரு. 'மவராசனுங்க அவரை எப்பவும் அப்படியே ஜெயில்லே வச்சிருக்க மாட்டானுங்களா!'ன்னு எனக்குத் தோணும். ஏன்னா, அந்த மனுசன் வூட்டிலேயிருந்தா எனக்குக் கொஞ்சங்கூடச் சந்தோசமே கெடையாது. அவரு இல்லாதப் போதாவது இந்தக் கறிப்பிலை வித்துக் கெடைக்கும் அரிசியைக் கஞ்சி காய்ச்சி வயிறாரக் குடிப்பேன். அவரு இருந்தா எல்லா அரிசியையும் வித்துக் காசை அவருக்குச் சூதாடக்

கொடுத்துடணும், இல்லாவிட்டா அடிச்சுக் கொன்னுப்பிடுவாரு! அதுவும் சீக்கிரம் சீக்கிரமா! எல்லாத்தையும் அவருகிட்ட குடுத்துட்டு நானும் குழந்தையும் பட்டினி கெடக்க முடியுமா? அதாலே, அவருக்குத் தெரியாம இந்த முந்தானையிலே கொஞ்சம் அரிசி முடிஞ்சி வச்சுக்கிட்டுத்தான் நான் பாக்கியை விப்பேன். வித்த காசை அந்தக் கட்டையிலே போறவன் கையிலே கொடுத்துட்டு, 'கடவுளே!'ன்னு குடிசைக்கு வருவேன். முந்தானையிலே முடிஞ்ச அரிசியை அவிழ்த்து எடுத்துக் கஞ்சி காய்ச்சி, நான் கொஞ்சம் குடிச்சிப்பிட்டு—இந்தக் கொழந்தைக்கும் ரெண்டு பாலாடை ஊத்திப்பிட்டு—அந்த மனுசனுக்கும் கொஞ்சம் எடுத்து வச்சிருப்பேன்......"

"அப்படிப்பட்டவனுக்கு நீ ஏண்டி அந்தக் கஞ்சியிலே கொஞ்சம் மீத்தி வைக்கிறே? எல்லாவற்றையும் குடித்து விட்டு, வெறும் பானையை அவனுக்கு முன்னால் உருட்டி விடுகிறதுதானே?"

"நல்லாச் சொன்னே, அம்மா! அப்படிச் செஞ்சா அந்தப் பானை ஆயிரஞ் சுக்கலாப் போகும்; அத்தோட என் தலையும் ஆயிரஞ் சுக்கலாப் போகும். அதுவும் இல்லாம, 'ஏண்டி சோறு ஆக்கலே?'ன்னு என்னமோ கொண்டாந்து குடுத்தவன் மாதிரி ஏக அதிகாரமாக் கேட்டு என்னை ஒதை ஒதைன்னு ஒதைச்சுத் தொலைச்சுப்பிடுவாரு!"

"நல்ல கதை தாண்டி, உன் கதை! அவன்தான் வீட்டிலே சும்மா உட்கார்ந்து கொண்டிருக்கிறானே, இந்தக் குழந்தையை நீ ஏன் முதுகிலே சுமந்து கொண்டு திரிய வேண்டும்? அவனிடம் இதை விட்டு விட்டு வரக் கூடாதோ?"

"அதுக்குக்கூட அவரு ஒப்ப மாட்டாரு, அம்மா! அந்தக் கொழந்தையைத் தூக்கி வைத்துக்கொள்ள முடியாம அப்படி என்னடி நீ வேலை செஞ்சு கிழிச்சுப் பிடுறே?'ன்னு எரிஞ்சு விழுவாரு, அம்மா!"

"அந்த 'அவரு' மட்டும் என்ன செய்து கிழித்து விடுகிறாராம்!" என்று கேட்டேன் நான்.

"என்ன இருந்தாலும் அவரு என்னைத் தொட்டுத் தாலி கட்டின புருசன்! அப்படி யெல்லாம் நான் அவரை எதிர்ச்சிக் கேட்கலாமா, அம்மா?"

"அடி, பைத்தியக்காரி! உன்னைப் பற்றி அவன் நன்றாய்த் தெரிந்துகொண்டுதான் அப்படி மிரட்டு மிரட்டு என்று மிரட்டுகிறான்! எங்களவர் இருக்கிறாரே, அவர் என்னை அப்படிக் கேட்டால் நான் என்ன செய்வேன், தெரியுமா? பிய்த்துப் பிரி கட்டிவிட மாட்டேனா?"

"உங்களோடு என்னையும் சேர்த்துப் பேச முடியுமா, அம்மா?"

"சரி சரி, இந்தா அரிசி—நீ கருவேப்பிலை போடு!" என்று அலுத்துக்கொண்டே நான் அரிசியை அவள் நீட்டிய மூங்கில் தட்டில் கொட்டினேன். அதைப் பெற்றுக் கொண்டு அவளும் கொடுக்க வேண்டியதைக் கொடுத்து விட்டுச் சென்றாள்.

அவள் தெருக்கோடி திரும்பும் வரை, "கறிப்பிலை வாங்கலையோ! கறிப்பிலை வாங்கலையோ!" என்ற குரல் என் காதில் எதிரொலி செய்து கொண்டே யிருந்தது.

***

அதென்னமோ தெரியவில்லை, அன்று முழுவதும் அந்தக் கருவேப்பிலைக்காரியை என்னால் மறக்கவே முடிய வில்லை. "உங்களோடு என்னையும் சேர்த்துப் பேச முடியுமா, அம்மா?" என்ற அவளுடைய கேள்வி என் மனதை விட்டு அகலவே யில்லை.

ஆமாம், அவளோடு என்னையும் சேர்த்து ஏன் பேசக் கூடாது? ஜாதியில் வேண்டுமானால் உயர்வு தாழ்வு இருக்கலாம்; வாழ்வில் வேண்டுமானுல் உயர்வு தாழ்வு இருக்கலாம். பிறப்பிலே...? நானுந்தான் பெண்ணாய்ப் பிறந்தேன் அவளுந்தான் பெண்ணாய்ப் பிறந்திருக்கிறாள்.

ஆயினும் மனோ பாவத்தில் அவளுக்கும் எனக்கும் எவ்வளவு வித்தியாசம்!

அவனால் அவனுக்கு ஒரு காலணாவுக்கு வழி கிடையாது: திருடிவிட்டு ஜெயிலுக்குப் போவான்; வீட்டில் சும்மா இருக்கும் அவன் அந்தக் குழந்தையைக் கூடத் தூக்கி வைத்துக் கொண்டிருக்க மாட்டான்; அதையும் நாளெல்லாம் அவள் முதுகில் சுமந்துகொண்டு திரிய வேண்டும். இப்படியெல்லாம் கஷ்டப்பட்டு இவள் சம்பாதித்து எடுத்துக்கொண்டு போய் அவனுக்குச் சூதாடக் கொடுக்க வேண்டும்; அதுவும் அவசர அவசரமாக. இல்லையென்றால் அவன் அவளை அடித்துக் கொன்று விடுவான். இதை யெல்லாவற்றையும் விட, தான் சம்பாதித்த அரிசியில் தானே கொஞ்சம் திருடி எடுத்துக் கொண்டு போய்ச் சமைத்து, தானும் சாப்பிட்டு அவனுக்கும் கொஞ்சம் எடுத்து வைப்பது போன்ற கொடுமை வேறு ஏதாவது இருக்க முடியுமா?

இந்த அழகான வாழ்க்கையில் அவனிடம் இவளுக்கு என்ன பயபக்தி!

என்ன இருந்தாலும் அவன் இவளைத் தொட்டுத் தாலி கட்டிய புருஷனாம்! அவனை எதிர்த்து ஒரு வார்த்தைகூடப் பேசக் கூடாதாமே!

பாவம், தீராத வியாதிக்கு ஆளாகியிருந்தும் வேசி வீட்டுக்குப் போக ஆசைப்பட்ட அயோக்கியனைக் கூடையில் வைத்துச் சுமந்து கொண்டு சென்ற பைத்தியக்காரி நளாயினியின் கட்டுக் கதையைக் கேட்டு ஏமாந்தவர்கள் இந்த உலகத்தில்

எத்தனையோ பேர் இல்லையா? அவர்களில் இந்தக் கருவேப்பிலைக்காரியும் ஒருத்தி போலிருக்கிறது!

அப்பப்பா! அவளுடைய துரதிர்ஷ்டத்தைப் பார்க்கும் போது என்னுடைய அதிர்ஷ்டம் எவ்வளவோ தேவலை போலிருக்கிறதே!

ஐந்து ரூபாய்!—ஆம், ஐந்தே ஐந்து ரூபாய்—அதையும் எனக்குத் தெரிந்து எடுத்துக் கொள்ள அவருக்குத் தைரியமில்லை. எனக்குத் தெரியாமல் எடுத்துக் கொள்வதற்காக இத்தனை நாளும் அவர் என்னிடம் பொய் சொல்லி வந்திருக்கிறார்-எனக்குப் பயந்துதான்; ஆம், என்னுடைய வாய்க்குப் பயந்துதான்!

"அழுகிற பிள்ளையை வைத்துக் கொண்டு அடுப்புக் காரியத்தையும் என்னால் கவனிக்க முடியாது!" என்று நான் அடித்துச் சொல்லும்போதுகூட, அவர் அந்தக் கருவேப்பிலைக்காரியின் கணவனைப் போல "அதைவிட நீ என்ன வேலை செய்து கிழித்து விடுகிறாய்?" என்று என்னை எதிர்த்துக் கேட்பதில்லை.

"என் செலவுக்கு எடுத்துக் கொண்டது போக மீதியைத்தான் உன்னிடம் கொடுத்து விடுகிறேனே, முடியுமானால் ஆள் வைத்துக் கொள்ளேன்!" என்று அடக்கத்துடன் தான் பதில் சொல்லுகிறார். ஆனால் மறைமுகமாக, "என்னுடைய செலவுக்கு மேற்கொண்டு ஐந்து ரூபாய் தேவையாயிருக்கிறது: உனக்குத் தெரிந்தால் எரிந்து விழுவாயே என்று தெரியாமலே எடுத்துக்கொண்டு விடுகிறேன்!" என்று இத்தனை நாளும் அவர் என்னைக் கெஞ்சிக் கேட்டுக் கொண்டிருக்கிறார்!

அப்படித்தான் எடுத்துக் கொள்கிறாரே, அதையாவது தன் சொந்த உபயோகத்துக்காகச் செலவழித்துக் கொள்கிறாரோ என்று எண்ணிப் பார்த்தால் 'இல்லை' என்றுதான் சொல்லத் தோன்றுகிறது. அடிக்கடி எனக்கு ஏதாவது வாங்கிக் கொண்டு

வந்து கொடுத்து என்னைத் திருப்திப்படுத்த முயலுகிறாரே, அதற்கு வேண்டிய காசு அவருக்கு எங்கிருந்து வரும்? இப்படி ஏதாவது எடுத்துக் கொண்டால்தானே உண்டு? ஒரு நாளாவது இதைப் பற்றி நான் யோசித்துப் பார்த்தேனா!

அப்பாவி மனுஷர், பாவம்! உண்மை தெரியாமல், "சாயந்திரம் வரட்டும், அவரை என்ன பாடு படுத்தி வைக்கிறேன். பார்!" என்று அம்புஜத்திடம் சொன்னோமே, இது நியாயமா?

இப்படி யெல்லாம் எண்ணிக் கொண்டிருந்த எனக்குப் பொழுது போனதே தெரியவில்லை. அவர் வரும் காலடிச் சத்தம் கேட்டுத்தான் எழுந்தேன்.

ஏனோ தெரியவில்லை; அவரைக் கண்டதும் கோபித்துக் கொள்வதற்குப் பதிலாக நான் 'களுக்' கென்று சிரித்து விட்டேன்.

"ஏன் சிரிக்கிறாய்?" என்று கேட்டுக் கொண்டே, அவர் ஒன்றும் புரியாமல் தம்முடைய முகத்தை ஓடோடியும் சென்று கண்ணாடியில் பார்த்துக் கொண்டார்!

"முகத்தில் ஒன்றுமில்லை; அகத்தில்தான் இருக்கிறது!" என்று நான் அழுத்தலுடன் சொல்லிக்கொண்டே காப்பியைக் கொண்டு போய் அவருக்கு முன்னால் வைத்து விட்டு, "நிஜத்தைச் சொல்லுங்கள், உங்களுக்கு எவ்வளவு சம்பளம்?" என்று கேட்டேன்.

"இதென்ன கேள்வி, திடீரென்று"

"சொல்லுங்களேன்!"

"ஏன், தொண்ணுற்றைந்து ரூபாய் தான்!"

"பொய், பொய்! எனக்குத் தெரியவே தெரியாது என்று நினைத்தீர்களா......?"

"இல்லை, லலிதா! எனக்குச் சம்பளம் என்னமோ நூறு ரூபாய்தான்! ஆனால் உன்னிடம் உண்மையைச் சொன்னால்......"

"என்னிடம் உண்மையைச் சொன்னால் என்ன? நீங்கள் மேற்கொண்டு ஐந்து ரூபாய் எடுத்துக் கொள்வதை நான் 'வேண்டாம்!' என்றா சொல்லியிருக்கப் போகிறேன்?" என்று நான் ஒரு போடுபோட்டேன்.

அதை அப்படியே நம்பி, "உன்னுடைய மனசு இவ்வளவு தங்கமான மனசு என்று இதுவரை எனக்குத் தெரியாமலே போய்விட்டதே!" என்றார் அவர் உருக்கமுடன்.

அவர் சொல்லுகிறாரே, நீங்கள் சொல்லுங்கள்; அவர் நினைக்கிறபடி என் மனசு என்ன, அவ்வளவு தங்கமான மனசா?

10. யாருக்குப் பிரதிநிதி?

"அம்மா!"

"யார், அது?"

"ஐயா இருக்கிறாரா, அம்மா?"

"இருக்கிறார்: என்ன சமாச்சாரம்?"

"ஒண்ணுமில்லை, அம்மா! அவரைக் கொஞ்சம் பார்க்கணும்."

"ரொம்பப் பார்க்க வேண்டியதில்லையோ! ஒண்ணுமில்லாததற்கு அவரைப் பார்ப்பானேன்?"

"இல்லை அம்மா! வந்து ....."

"என்னத்தை வந்து......? ஐயாவைப் பார்ப்பதற்கு வேளை நாழி ஒன்றுமே கிடையாதா? நினைத்த நேரத்திலெல்லாம் பார்க்க வந்து விட வேண்டியது தானா? இந்தக் கொட்டும் மழையிலே எப்படித்தான் நீங்கள் வந்து இப்படிக் கழுத்தை அறுக்கிறீர்களோ தெரியவில்லையே!"

இந்தச் சமயத்தில் புதிதாகச் சிநேகமான ஒரு பெரிய மனிதருடன் சுவாரஸ்யமாகப் பேசிக் கொண்டிருந்த 'ஐயா', "என்னடி அது? இப்படி உள்ளே வா!" என்று தம்முடைய தர்மபத்தினியை அழைத்தார்.

"அது என்ன எழவோ! இங்கே வந்து பாருங்கள்! அசல் தரித்திரங்களா ஏழெட்டு வந்து நிற்கிறதுகள்!" என்று சொல்லிக் கொண்டே 'அம்மா' உள்ளே சென்றாள்.

இன்னொரு சமயம் வந்து தம்மைப் பார்க்கும்படி அந்தப் பெரிய மனிதரிடம் சொல்லிவிட்டு, 'ஐயா' எழுந்து வெளியே வந்தார். 'அம்மா' சொன்னபடி அங்கே ஏழெட்டு 'அசல் தரித்திரங்கள்' தங்கள் தங்கள் மனைவி மக்களுடன் தலைவிரி கோலமாக வந்து நின்று கொண்டிருந்தன.

"என்னடா, இது? நீங்கள் யார்? என்ன சேதி?" என்று வெளியே வந்த 'ஐயா' அதிகாரத் தோரணையில் இரைந்து கேட்டார்.

"சாமி! நாங்க செம்படவனுங்க! சமுத்திரக் கரையோரமா ஆளுக்கொரு குடிசை போட்டுக்கிட்டு எங்க தொழிலைச் செஞ்சிக்கிட்டு இருந்தோம். அந்தக் குடிசைகள் இருக்கிறது சமுத்திரக் கரையின் அழகைக் கெடுக்குதாம். அதுக்காவ யாரோ அஞ்சாறு பேர் வந்து எங்க குடிசைகளை யெல்லாம் பிரிச்சுப் போட்டுட்டாங்க! நாங்க என்ன செய்வோம், சாமி? எங்களுக்கு இருக்க இடமில்லை......"

"ஏன், உங்களுக்கெல்லாம் நஷ்ட ஈடு கொடுத்தார்களோ, இல்லையோ!"

"கொடுக்காம என்ன, சாமி! ஆளுக்குப் பத்து ரூவாக் காசு கொடுத்தாங்க...!"

"பத்து ரூபாய்க் காசு கொடுக்காமல் உங்களுடைய பங்களாக்கள் ஒவ்வொன்றுக்கும் பத்து லட்சமா கொடுப்பார்கள்?"

"பத்து லட்சம் கேட்கலை, சாமி! 'அப்பாடி!' ன்னு படுக்கப் பத்தடி இடந்தான் கேட்கிறோம். அதுக்கு இந்தப் பத்து ரூவாயை வச்சிக்கிட்டு நாங்க என்ன செய்வது, சாமி?"

"அதற்கு என்னை என்ன செய்யச் சொல்லுகிறீர்கள்? ஊரிலே எந்த எழவு நடந்தாலும் அதற்கு இந்த அன்ன விசாரம்தானா

பொறுப்பாளி?—போங்கடா, வேலையைப் பார்த்துக்கொண்டு!" என்று எரிந்து விழுந்தார் 'ஐயா.'

"அப்படிச் சொல்லிப்பிட்டா எப்படி, சாமி? கோடி வீட்டு ஐயா சொன்னாரு—உங்கக்கிட்ட சொன்னா மேலிடத்திலே சொல்லி எங்களுக்காக ஏதாச்சும் செய்விங்கன்னு!"

"அவனுக்கும் வேலை கிடையாது; உங்களுக்கும் வேலை கிடையாது. நானும் உங்களைப் போலவா இருக்கிறேன்? எனக்கு எவ்வளவோ வேலை இருக்கிறது. நீங்கள் போய்த் தொலையுங்கள்!"

"வேலையோடு வேலையா இந்த ஏழைகளையும் கொஞ்சம் கவனிச்சிக்கிட்டா நீங்க நல்லா யிருப்பீங்க, சாமி!"

"இல்லாவிட்டால் கெட்டு விடுவேனுக்கும்!—அட சனியன்களே! நீங்கள் மட்டுந்தானா ஏழைகள்? நாங்களுந்தான் ஏழைகள்!—முதலில் நீங்கள் இங்கிருந்து நடையைக் கட்டுங்கள்; அப்புறம் நான் உங்களைக் கவனித்துக் கொள்கிறேன்!" என்று சொல்லிவிட்டுக் கதவைப் 'படா'ரென்று சாத்திக் கொண்டு 'ஐயா' உள்ளே சென்று விட்டார்.

***

ஸ்ரீமான் அன்னவிசாரம் எம். எல். ஏ. ஒரு காலத்தில் வேலை கிடைக்காமல் அலைந்து கொண்டிருந்தார். அந்தச் சமயத்தில் அவர் தம்முடைய மனைவியை மாமனார் வீட்டுக்கு அனுப்பி வைத்துவிட்டு, வேறு வழியின்றி நகரிலிருந்த சேவாசிரமத்தில் சேர்ந்தார். அந்த ஆசிரமத்தில் அவருக்கு மாதா மாதம் ரூபாய் ஐம்பது சம்பளம் கிடைத்து வந்தது. அதை அவர் வெளியே சொல்லிக் கொள்வதில்லை. அப்படிச் சொல்லிக் கொள்வது தம்முடைய தொண்டுக்குத் தாமே மாசு கற்பித்துக் கொள்வதாகுமென்று அவர் நினைத்தார்.

அந்த ஆசிரமத்தில் பொதுஜனச் செல்வாக்குள்ள ஒரு நண்பரின் சிநேகம் ஸ்ரீ அன்னவிசாரத்துக்குக் கிடைத்தது. நண்பர் நல்ல பேச்சாளர்; அடிக்கடி பல பொதுக் கூட்டங்களில் பங்கெடுத்துக் கொள்வார். அவர் சமயம் வாய்க்கும் போதெல்லாம் ஸ்ரீ அன்னவிசாரத்தைப் பற்றிச் சக்கைப்போடு போட்டு வந்தார். ஸ்ரீ அன்னவிசாரத்தின் தன்னலமற்ற சேவையைப் பற்றியும், தேசத்துக்காக அவர் தம் உடல், பொருள், ஆவி மூன்றையும் அர்ப்பணம் செய்திருப்பதைப் பற்றியும் அந்த நண்பர் சாங்கோபாங்கமாக எடுத்துச் சொல்லி வந்தார்.

இந்த விஷயத்தில் ஸ்ரீ அன்னவிசாரத்துக்கு மட்டும் அடிக்கடி சந்தேகம் வந்து விடும். அவ்வாறு சந்தேகம் வரும் போதெல்லாம் அவர் தம் உடலே ஒரு முறை தடவிப் பார்த்துக் கொள்வார்; அது என்றும் இருப்பது போல் வாடாமல் வதங்காமல் இருக்கும். அதற்குள் 'ஆவி இருக்கிறதா?' என்று தெரிய வேண்டாமா? அதற்காக ஒரு முறை அவர் தம் அங்க அவயங்களையெல்லாம் அசைத்துப் பார்த்துக் கொள்வார்; அதன் மூலம் ஆவியும் இருப்பதாகத் தெரிய வரும். பொருளைத்தான் அவர் பார்ப்பதேயில்லை. ஏனெனில், அதுதான் அவரிடம் கிடையவே கிடையாதே!

இருப்பதைச் சொல்லட்டும், இல்லாததைச் சொல்லட்டும்—அந்தப் பக்கத்து ஜனங்கள் அதைப் பற்றி ஒன்றும் கவலைப்படுவதேயில்லை. இத்தகைய மகாஜனங்களின் அசட்டுத்தனத்தினாலும், நண்பருடைய பிரசார பலத்தினாலும் ஸ்ரீ அன்னவிசாரம் எம். எல். ஏ. ஆனார். கனம் அங்கத்தினரானதும் ஸ்ரீ அன்னவிசாரத்தின் கவலை ஒருவாறு தீர்ந்தது. மாமனார் வீட்டிலிருந்த தம்முடைய மனைவியை அழைத்துக் கொண்டதோடு, இன்னொரு மாதரசியையும் காதலித்து இரகசியமாக மறு விவாகம் செய்து கொண்டார்!

'பொதுஜனப் பிரதிநிதி' என்ற ஒரே ஒரு காரணத்துக்காக, அவருடைய 'சிக்கலான வாழ்க்கை'யைச் சிலர் இன்னும் சிக்கலாக ஆக்கி வந்தனர். அவர்களைச் சேர்ந்தவர்கள்தான் அந்தச் செம்படவர்களும். அந்தத் 'தரித்திர'ங்களை அனுப்பிவிட்டு உள்ளே வந்த ஸ்ரீ அன்னவிசாரத்துக்கு ஒன்றுமே ஓடவில்லே.

அவருக்கு எதிரே பிரெஞ்சு அறிஞனான ரூஸ்ஸோவின் புத்தகமொன்று கிடந்தது. ஒரு காரணமுமில்லாமல் அதை எடுத்துப் புரட்டினர். அரசியல் நிர்வாகிகளைப் பற்றி அந்த மேதை எழுதியிருந்த ஒரு விஷயம் அவருடைய கவனத்தைக் கவர்ந்தது:

'அரசியலை நிர்வகிக்கும் ஒவ்வொரு அதிகாரிக்கும் மூன்று வித மனப்பான்மைகள் இருக்கின்றன. முதலாவது, அவனுடைய சொந்த மனப்பான்மை; இது சுயநலத்தை நாடுகிறது. இரண்டாவது, ஆளுகின்ற மனப்பான்மை; இது சர்க்கார் நலத்தை நாடுகிறது. மூன்றாவதாகத்தான் மக்களுடைய மனப்பான்மை இருக்கிறது; இது மக்களுடைய நன்மையை நாடுகிறது.

நியாயமும் நேர்மையும் கொண்ட அரசாங்கம் நடைபெற வேண்டுமானால், சர்க்கார் நிர்வாகிகள் முதலாவது மனப்பான்மையைக் கைவிட வேண்டும். அதாவது, அவர்கள் சுயநலத்தைக் கருதக் கூடாது. இரண்டாவது மனப்பான்மை ஓர் அளவுடன் இருக்க வேண்டும். அதாவது, சர்க்காருடைய நன்மையைக் கவனிக்க வேண்டுமென்றாலும் அதுவே முக்கிய மானதாயிருக்கக் கூடாது. மூன்றாவது மனப்பான்மையைத் தான் அவர்கள் முதன்மையானதாகக் கொள்ள வேண்டும். அதாவது, மக்களுடைய நன்மையை முக்கியமாகக் கொண்டு, அந்த நன்மையின் மூலமாக மற்ற இரண்டு நன்மைகளையும் அடையப் பார்க்க வேண்டும். இந்த முறையை விட்டுவிட்டு, முதல் இரண்டு நன்மைகளின் மூலமாக மக்களுடைய நன்மையை நாடவே கூடாது.'

இந்த 'அரசியல் சித்தாந்தம்' ஸ்ரீ அன்னவிசாரத்தை என்னவோ செய்தது. புத்தகத்தை மூடி வீசி எறிந்துவிட்டு எழுந்தார். எதிரே சகதர்மிணி காப்பியுடன் வந்து நின்றாள். அதை அலட்சியமாக வாங்கி ஒரே மூச்சில் குடித்துவிட்டு, அவசர அவசரமாகச் சட்டையை எடுத்து மாட்டிக் கொண்டார். இன்று சட்ட சபையில் அந்த 'அசல் தரித்திரங்'களைப் பற்றி எப்படியாவது வெளுத்து வாங்கி விடுவது என்றும், ரூஸ்ஸோவின் கூற்றைப் பொய்யாக்கி, மூன்றாவது மனப்பான்மையான மக்கள் மனப்பான்மையை இனி முதல் மனப்பான்மையாகக் கொள்வதென்றும் தீர்மானித்துக் கொண்டு கிளம்பினார்.

என்றுமில்லாத விதமாக அன்று ஸ்ரீ அன்ன விசாரத்தைக் கண்டதும் மற்ற எம். எல். ஏ. க்கள் எல்லோரும் முகமலர்ச்சியுடன் வரவேற்றனர். ஸ்ரீ அன்னவிசாரம் ஒன்றும் புரியாமல் அவர்களைப் பார்த்து விழித்தது விழித்த படிநின்றார்.

"அன்னவிசாரத்துக்கு என்ன அப்பா! அடிக்கிறது யோகம்!" என்றார் ஒருவர்.

"இனிமேல் நம்மையெல்லாம் அவர் எங்கே கவனிக்கப் போகிறார்!" என்றார் இன்னொருவர்.

"எப்பொழுதாவது ஒரு சமயம் பேட்டியாவது அளிப்பாரோ, என்னமோ!" என்றார் மற்றும் ஒருவர்.

ஸ்ரீ அன்னவிசாரத்துக்கு ஒன்றும் விளங்கவில்லை. "என்ன விசேஷம்?" என்று மெள்ளக் கேட்டார்.

"விசேஷமா! உங்களுக்குத் தெரியவே தெரியாதா, நீரும் ஒரு மந்திரியாகப் போகிறீர் ஐயா, மந்திரியாகப் போகிறீர்!" என்றார் ஒருவர்.

தூக்கி வாரிப் போட்டது ஸ்ரீ அன்னவிசாரத்துக்கு! இருந்தாலும் சமாளித்துக் கொண்டு, "இதென்ன பிதற்றல்? எந்த இலாக்காவும் காலியாக இருப்பதாகக் கூடத் தெரியவில்லையே! என்றார் அவர்.

"இலாக்கா காலியாக இல்லாவிட்டால் என்ன? நீர் 'இலாக்கா இல்லாத மந்திரி'யாக இருந்து விட்டுப் போகிறீர்!" என்றார் ஒரு வயிற்றெரிச்சல்காரர்.

இப்பொழுதுதான் இந்த விஷயத்தில் ஏதோ உண்மை இருக்க வேண்டுமென்று தோன்றிற்று ஸ்ரீ அன்னவிசாரத்துக்கு. உடனே அவருடைய கவனம் 'அசல் தரித்திரங்'களின் மீது சென்றது.

'இந்தச் சமயத்தில் அந்த 'அசல் தரித்திரங்களைப் பற்றி நாம் இங்கே ஏதாவது உளறுவானேன்? சமுத்திரக்கரை அழகாக இருக்கவேண்டு மென்பது நகரத்துப் பெரிய மனிதர்கள், பிரமுகர்கள் ஆகியவர்களின் அபிப்பிராயம். அவர்களுடைய விருப்பத்துக்கு இணங்கிக் காரியம் செய்வது அரசாங்கத்துக்கு நல்லதா, அந்தத் தரித்திரங்களுடைய விருப்பத்துக்கு இணங்கிக் காரியம் செய்வது நல்லதா?— சீ, வேண்டாம்: வேண்டவே வேண்டாம். என்ன இருந்தாலும் நம்முடைய புத்தி இப்படிக் கீழே போகவேண்டாம். நாளுக்கு நாள் முன்னேற வேண்டிய நாம், அப்படி ஏதாவது இப்போது கேட்டு வைத்தால் அது சிலருக்கு பிடிக்கும்; சிலருக்குப் பிடிக்காது. அதன் பயனாக ஒரு வேளை மந்திரிப் பதவி கிடைக்காமலே போனாலும் போய்விடலாம். நமக்கு எதற்கு வீண் வம்பு? 'எடுத்ததற்கெல்லாம் கையைத் தூக்கினோம், வீட்டுக்குப் போனோம்' என்று இருப்பதே மேல்!'

இந்தத் தீர்மானத்துக்கு வந்ததும் ஸ்ரீ அன்ன விசாரம் 'அசல் தரித்திரங்க'ளைப் பற்றிய விசாரத்தை விட்டார். சட்ட

சபையில் 'சிவனே!' என்று உட்கார்ந்து கொண்டிருந்து விட்டு, வீடு திரும்பினார்.

அன்றிரவு அவருக்குத் தூக்கமே பிடிக்கவில்லை. காரணம், அவருடைய மனம் 'மந்திரியின் மகாத்மிய'த்திலேயே லயித்து விட்டதுதான்!

***

மறுநாள் காலை ஸ்ரீ அன்னவிசாரம் படுக்கையை விட்டு எழுந்திருப்பதற்கும், அந்த 'அசல் தரித்திரங்க'ளில் ஒன்று வந்து ஜன்னல் வழியே தலையை நீட்டுவதற்கும் சரியாயிருந்தது.

"யாரடா, அது?"

"நான் தான் குப்பனுங்க!"

"குப்பனா!"

"ஆமாங்க, நேத்து வந்து குடிசையைப் பிரிச்சுப், போட்டுட்டாங்கன்னு முறையிட்டுக்கிட்டோ மில்லே, அந்தக் கூட்டத்தைச் சேர்ந்தவனுங்க!"

"ஓஹோ! இப்போது ஏன் இங்கே வந்தாய்?"

"மேலிடத்திலே எங்களைப் பற்றி ஏதாச்சும் சொன்னீங்களான்னு கேட்கத்தான் வந்தேனுங்க!"

"மேலிடம் என்னடா மேலிடம்! எனக்கு மூளைகீளை ஒன்றும் கிடையாதா? நாலு பேருக்கு நல்ல தென்று எண்ணி ஒரு காரியம் செய்தால், அது ஓரிருவருக்குக் கெடுதலாகவும் முடியுந்தான்! அதையெல்லாம் பார்த்துக் கொண்டிருக்க முடியுமா, என்ன?—போ, போ!"

"என்ன சாமி, இப்படிச் சொல்றீங்க? 'நீங்க எங்க பிரதிநிதி, எங்க பக்கமாப் பேசத்தான் மேலிடத்துக்குப் போயிருக்கீங்க'ன்னு கோடி வீட்டு ஐயா சொன்னாரே! உங்க பேச்சைப் பார்த்தா நீங்க 'யாருக்குப் பிரதிநிதி' ன்னு தெரியலைங்களே!" என்றான் குப்பன் வியப்புடன்.

அவ்வளவுதான்; ஸ்ரீமான் அன்னவிசாரத்துக்கு ஆத்திரம் பற்றிக் கொண்டு வந்துவிட்டது. அவர் படுக்கையை விட்டுத் 'தடா'லென்று கீழே குதித்தார், குப்பனுக்கு நேராகச் சென்று ஜன்னல் கம்பியைப் பிடித்துக் கொண்டு, "அடேய், அதிகப் பிரசங்கி! நான் யாருக்குப் பிரதிநிதி என்றா கேட்கிறாய்? சொல்கிறேன், கேட்டுக் கொள்: நான் எனக்குப் பிரதிநிதி; என் மனைவிக்குப் பிரதிநிதி, என் மக்களுக்குப் பிரதிநிதி; என் வீட்டுக்குப் பிரதிநிதி! உனக்கும் பிரதிநிதி இல்லை; உன்னைச் சேர்ந்தவர்களுக்கும் பிரதிநிதி இல்லை, போ!" என்று கத்தி விட்டுக் குளிக்கும் அறையை நோக்கி 'மந்திரி நடை' நடந்து சென்றார்.

"அப்படிப் போடுங்கள், ஒரு போடு! அடுத்த 'எலெக்ஷன்' வரும் வரை தான் நமக்குக் கவலையில்லையே!" என்று தன் பதி சொன்னதை அப்படியே ஆமோதித்தாள் அவருடைய சதி.

11. காரியவாதி

விருத்தாசலம் பாயில் படுத்துப் பத்துப் பதினைந்து நாட்களாகிவிட்டன. இதன் காரணமாக அவனுடைய மனைவியான பொன்னி கண்ணயர்ந்து ஒரு வார காலமாகி விட்டது. இந்த நிலையில் எந்த நேரமும் "என்னுடைய வயிற்றுக்கு வழி என்ன?" என்று அவர்களைப் பிய்த்துப் பிடுங்கிக் கொண்டிருந்தது ஒரு குழந்தை.

இவர்களுக்கெல்லாம் கார்டியனாக இருந்தது ஒரே ஒரு கறவை மாடு. எஜமானும் எஜமானியும் தன்னை எத்தனை நாளைக்குத்தான் பட்டினி கிடக்கச் செய்தாலும், அது இயற்கையாகக் கிடைக்கும் புல் பூண்டுகளை மேய்ந்து விட்டு வந்து, வேளைக்கு உழக்குப் பாலையாவது கறந்து விடும். அந்தப் பாலிலிருந்து ஒரு பாலாடைகூடத் தன்னுடைய குழந்தைக் கென்று எடுத்துக் கொள்ள மாட்டாள் பொன்னி, "அதற்கென்ன கேடு! கத்தும்போது கொஞ்சம் சர்க்கரைத் தண்ணீரை ஊற்றி வைத்தால் போச்சு!" என்பது அவளுடைய எண்ணம்.

ஏன் தெரியுமா? விருத்தாசலம் பாயில் படுத்து விட்ட பிறகு அவர்களுடைய பிழைப்பே அந்தப் பாலில்தான் இருந்தது. அந்த உழக்குப் பாலுடன் அவள் பாவ புண்ணியத்தைக் கூடக் கவனிக்காமல் கொஞ்சம் தண்ணீரைச் சேர்த்து வீடு வீடாகச் சென்று விற்றுவிட்டு வருவாள் அப்படிச் செய்தால்தான் அவர்கள் தங்களுடைய வயிற்றுக் கவலையை ஒருவாறாவது தீர்த்துக் கொள்ள முடிந்தது. நியாயந்தானே? வயிற்றுக் கவலை இன்னதென்று அறியாதவர்களே பாவ புண்ணியத்தைப் பற்றிக் கவலைப்படாம விருக்கும் பொழுது, பொன்னியைப் போன்றவர்கள் கவலைப்பட முடியுமா?

நோயின் வேகம் எவ்வளவுதான் அதிகரித்த போதிலும் 'சுக்குக்கு மிஞ்சிய மருந்தும் இல்லை; சுப்ரமணியனுக்கு

மிஞ்சிய தெய்வமும் இல்லை' என்னும் பழமொழியில் தான் வைத்திருந்த நம்பிக்கையைக் கடைசி வரையில் இழக்காமலே இருந்தான் விருத்தாசலம். அவனுடைய நிலையில், அவற்றைத் தவிர வேறு எதில்தான் அவன் நம்பிக்கை. வைக்க முடியும்? கடைசியில் சுக்கும் அவனைக் காப்பாற்றவில்லை; சுப்ரமணியக் கடவுளும் காப்பாற்றவில்லை. நினைத்த போது எதிரே வந்து நின்றதற்காக எத்தனையோ பெரியோர்கள், "அப்பா! உனக்கு ஆயுசு நூறு!" என்று விருத்தாசலத்தை வாழ்த்தியிருந்தார்களே, அவர்களுடைய வாக்கும் ஓரளவாவது பலிக்கவில்லை, முப்பதாவது வயதிலேயே அவனுடைய மூச்சு நின்றுவிட்டது.

பொன்னி புலம்பினாள்; ஓய்ந்தாள்.

***

பிறந்தகத்தில் பொன்னிக்கு அண்ணா ஒருவனும் அவனுடைய மனைவி மக்களும் இருந்தனர். சொத்து சுமாராக இருக்கத்தான் இருந்தது. பெற்றோர்கள் சம்பாதித்ததுதான். இருந்தும் என்னத்தைச் செய்ய?—பொன்னிதான் பெண்ணாச்சே! அவள் ஆணாய்ப் பிறந்திருந்தாலும், "அடேய்! எனக்கும் பாகம் பிரித்துக் கொடு!" என்று மல்லுக்கு நின்றிருக்கலாம். பெண்ணாய்ப் பிறந்தவளுக்கு அந்த உரிமை ஏது?

விருத்தாசலம் அவளுக்காக வைத்து விட்டுச் சென்ற சொத்துக்களோ மூன்று வகையானவை; ஒன்று, கூலிவேலை; இரண்டாவது, ஒரு கைக் குழந்தை; மூன்றாவது, ஓர் எருமை மாடு!

கூலி வேலை கிடைத்தால் உண்டு; குழந்தை குடிக்கப் பாலின்றி வளர்ந்தால் உண்டு; எருமை...?

ஆமாம்; ஆண்டவனைவிட அந்த எருமைதான் இப்போது அவளுக்கு ஆறுதல் அளிக்கக் கூடியதாயிருந்தது. அந்த

ஆறுதலும் நெடுநாள் நீடிக்கவில்லை. ஆறு மாதங்களுக்கெல்லாம் அந்த எருமை கருவுற்று விட்டது.

அப்புறம் என்ன? இருக்கும்போது பொன்னியின் வீட்டு அடுப்பு எரிந்தது; இல்லாதபோது அணைந்து கிடந்தது.

அருகில் இருந்தவர்களில் ஒருத்தி ஒரு நாள் பொன்னியை நோக்கி, "ஏன் பொன்னி! இப்படியே இருந்தா எப்படி? அந்த எருமையை யாருக்காச்சும் வித்துப்பிட்டுப் பணத்தை எடுத்துக்கிட்டுப் பேசாம உங்க அண்ணாச்சி வீட்டுக்காச்சும் போய்ச் சேருவதுதானே?" என்று கேட்டாள்.

"நல்லாச் சொன்னே! 'உள்ளதும் போச்சு நொள்ளைக் கண்ணா' ஆவதற்கா? அந்தப் பணம் இருக்கிறவரைக்கும் அவன், 'இங்கே வா, தங்கச்சி! அங்கே வா, தங்கச்சி'ன்னு சொல்லிக்கிட்டு இருப்பான். அப்புறம் 'அவன் யாரோ, நான் யாரோ' தானே?"

"என்னடி, அப்படிச் சொல்றே? அந்த வீட்டிலே உனக்கில்லாத அதிகாரம் வேறே யாருக்கு இருக்குங்கிறேன்!"

"ஆமாம், கள்ளங்கபடு இல்லாத அந்தக் காலத்திலேயே அண்ணாச்சி வீட்டுக்குப் போன நல்லதங்காளின் கதி என்ன ஆச்சு?"

"அவள் வகை கெட்டவ, அதனாலே அவளுக்கு அந்த கதி! நீ போய் அடிச்சுப் பிடிச்சு, அந்த வீட்டிலே அதிகாரம் பண்ணப் பார்க்கணும்..."

"அதுக்கென்ன, அடுத்த வீட்டுக்காரிக்குப் புத்தி சொல்றதுன்னா யாருக்கும் சுலபமாத்தான் இருக்கும். நான் உன்னை ஒண்ணு கேட்கிறேன்—நீ கோவிச்சுக்குவியா?"

"என்ன, கேளேன்?"

"உன் புருசனுடைய தங்கச்சி, அடிச்சுப் பிடிச்சு உன்னை அதிகாரம் பண்ண ஆரம்பிச்சா நீ சும்மா இருப்பாயா!"

"நீ போடி, அம்மா! நான் அவ்வளவு தூரத்துக்கு வரலே. என்னமோ நல்லதைச் சொல்ல வந்தா, அதுக்கா என்னை இப்படிக் குத்திக் கேட்கிறே?" என்று 'சட்'டென்று எழுந்து போய் விட்டாள் அவள்.

அதற்குமேல்தான் அவள் என்னத்தைச் சொல்வது? என்னமோ 'ஊருக்கு உபதேசம்' செய்யும் சில சீர்திருத்தவாதிகளைப் போல அவளும் பேசிப் பார்த்தாள். கடைசியில், அவள் அப்படித் திருப்பிக் கேட்பாள் என்று எதிர் பார்த்தாளா?

எந்த விதத்திலும் தங்களுடைய சுயநலத்தைக் காப்பாற்றிக் கொள்ளும் திருக்கூட்டத்தில் இரண்டு விதம் உண்டு. ஒன்று, பிறரைப் பகைத்துக் கொண்டு தன்னுடைய சுயநலத்தைக் காப்பாற்றிக் கொள்ளும்; இன்னொன்று, பிறரைப் பகைத்துக் கொள்ளாமலேயே தன்னுடைய சுயநலத்தைக் காப்பாற்றிக் கொள்ளும்.

இரண்டாவதாகக் குறிப்பிட்ட கோஷ்டியைச் சேர்ந்தவன் பொன்னியின் அண்ணன். விருத்தாசலத்தின் இறுதிச் சடங்கின்போது வந்திருந்த அவன் போகும்போது பொன்னியை நோக்கிச் சொன்னான்:

"அம்மா! உன் மனசு இப்போ என்னவெல்லாமோ நெனைக்கும். 'அண்ணன் இருக்கச்சே நமக்கு என்ன பயம்?' என்று கூடத் தோணும். நெசந்தான் அம்மா, நெசந்தான்! ஆனா, உலகத்திலே அண்ணன்தான் நல்லவனாயிருக்க முடியுமே ஒழிய, அவனுக்கு வந்தவகூட நல்லவளா யிருக்க முடியுமா? நீயே யோசித்துப் பாரு!—அதுதான் நான் சொல்றேன்; என்னமோ கடவுள் கொடுத்த கையையும் காலையும் வச்சுக்கிட்டு நீபாட்டுக்கு இருக்கிறதுதான் நல்லது.

உன்னுடைய அண்ணன் தொல்லை தொந்தரவு இல்லாமல் இன்னும் கொஞ்ச நாளைக்கு உலகத்திலே இருக்கணும்னை அப்படிச் செய்; இல்லேன்னா வேணாம்!"

இதற்குப் பொன்னி என்ன மறுமொழி சொல்வாள்? "அப்படியே ஆகட்டும், அண்ணாச்சி" என்றாள்.

அவன் போய்விட்டான். பேதை பொன்னி அந்தக் கறவை மாட்டையே கடைசி வரை நம்பினாள். அது கருவுற்றபோதும், "இன்னும் பத்து மாதம் பல்லைக் கடித்துக் கொண்டு தள்ளி விடுவோம்" என்று ஆறுதல் அடைந்தாள்.

***

நாட்கள் ஓடிக் கொண்டிருந்தன. பத்தாவது மாதமும் பிறந்தது, அந்த மாட்டுக்கு!—"அப்பாடி!" என்று பெருமூச்சு விட்டாள் பொன்னி.

"அந்த நாள் என்று வரும், அந்த நாள் என்று வரும்?" என்று அவளுடைய உள்ளம் துடியாய்த் துடித்துக் கொண்டிருந்தது. கடைசியில் அந்த நாளும் ஒரு நாள் வரத்தான் வந்தது. "என்ன ஆகுமோ?" என்று அவள் ஏங்கினாள். நல்ல வேளை! அவளுடைய ஏக்கம் துக்கத்தில் முடியவில்லை; எருமை ஈன்றது.

பொன்னிக்கு மட்டில்லாத மகிழ்ச்சி! பொழுது புலர்ந்ததும் புல்லினங்கள் அடையும் ஆனந்தத்தை அவள் அடைந்தாள். அவளுடைய வாழ்க்கைச் சரித்திரத்தில் ஒரு புது அத்தியாயம் ஆரம்பமாயிற்று.

"தினந்தோறும் "பாலோ, பாலு!"—"தயிரோ, தயிரு!"—"மோரோ, மோரு!"—"நெய் வாங்கலையா, நெய்!" என்று வேளைக்கு வேளை அந்தக் கிராமத்தின் எட்டுத் திக்கும் எதிரொலி செய்ய இரைந்து விற்றுவிட்டு வந்தாள்.

நாளடைவில் ஒரு எருமை இரண்டு எருமைகளாகி, இரண்டு மூன்றாகி, மூன்று நான்காகவே ஆகிவிட்டன. காதில் அணிந்திருந்த சிவப்பு ஓலைச் சுருள்கள் கெம்புக் கற்கள் பதித்த கம்மல்களாக மாறின. மூக்கில் செருகியிருந்த விளக்குமாற்றுக் குச்சி ஜொலிக்கும் ஒற்றைக்கல் பதித்த மூக்குத் திருகாணியாயிற்று. கைகளை அலங்கரித்துக் கொண்டிருந்த பித்தளைக் காப்புகள் 'தகதக'வென்று மின்னும் தங்கக் காப்புகளாக ஜன்ம மெடுத்தன.

இப்பொழுதெல்லாம் அவள் தன்னுடைய குழந்தை கத்தும்போது, "அதற்கென்ன கேடு! கொஞ்சம் சர்க்கரைத் தண்ணீரை ஊற்றி வைத்தால் போச்சு!" என்று எண்ணுவதில்லை; அவனுக்கு இல்லாத பாலா! அவன் குடித்து மீந்த பாலை விற்றால் போச்சு!" என்று நினைத்தாள்.

***

இந்த இரண்டு வருட காலமும் ஒரு நாளாவது பொன்னியின் வீட்டுப் பக்கமே எட்டிப் பார்க்காத அவளுடைய அண்ணன், திடீரென்று ஒரு நாள் அவளைத் தேடி வந்தான். அப்படி வரும்போது அவன் சும்மா வரவில்லை; ஒரு அழகான காரணத்தையும் சொல்லிக் கொண்டு வந்தான்.

"பொன்னி! இந்த மனசு இருக்குதே, இது ரொம்ப ரொம்பப் பொல்லாதது! எத்தனை நாளா உன்னைப் பார்க்கணும், பார்க்கணும்னு அது அடிச்சிக்கிட்டு இருந்தது, தெரியுமா? எங்கே, வேலை ஒஞ்சாத்தானே! அதில்லாம எத்தனையோ தொல்லை, தொந்தரவுங்க! வீட்டுக் கூரை பொத்தலாப் போச்சு வரப்போறது மழைக் காலம், அதைப் பிரிச்சுக் கட்டறதுன்னா இப்போ ஐம்பது ரூபா யாச்சும் வேணும். உழவுமாடு ரெண்டும் திடீர்னு 'சீக்கு' வந்து செத்துப் போச்சு; திரும்ப வாங்குகிறதுன்னா இருநூறு ரூபாயாச்சும் ஆவும். ஆடித் தூறல் தூறுது, நாலு கலம் விதை நெல்லு வாங்கி விதைக்கலாம்னா கையிலே காசில்லே!—உம், அப்படியெல்லாம் இருக்குது, என் கஷ்டம்! இங்கே வந்து உன்னுடைய கஷ்டத்தையும் பார்த்து

ஏன் இன்னும் கஷ்டப்படணும்னுதான் நான் இத்தனை நாளா இங்கே வரலே, தங்கச்சி!" என்று ஒரே 'கஷ்ட' மாகச் சொல்லிக் கொண்டே போனான் அவன்.

"ஊம்" என்று விஷமத்தனத்துடன் புன்னகை புரிந்தாள் பொன்னி.

அடுத்தாற்போல் அந்த 'நாலு பேர்' இருக்கிறார்களே, நன்மைக்கும் தீமைக்கும்—அவர்களைத் துணைக்கு அழைத்துக் கொண்டு விட்டான் அண்ணன்!

"அம்மா! எத்தனை கஷ்டங்கள் எனக்கு இருந்தாலும் இனிமே உன்னுடைய கஷ்டத்தைப் பார்த்துக்கிட்டு என்னாலே ஒரு நிமிசம்கூடச் சும்மா இருக்க முடியாது. 'நாலு பேரு' சொல்றது என் காதிலே நாராசமா விழறது......!"

"ஐயோ! அப்படி என்ன அபாண்டம் சொன்னாங்க, அண்ணாச்சி?"

"வேறே என்ன சொல்லுவாங்க, தங்கச்சி! 'என்ன இருந்தாலும் ஒரு அறியாத பொண்ணு: சின்னஞ் சிறிசு; அறுத்துப் போட்டவ; ஊரிலே இருக்கிற தடியன்களுக்கு மத்தியிலே ஒண்டியாயிருக்கலாமா?"ன்னு அவங்க கேட்கிறாங்க. அதை என்னாலே காது கொடுத்துக் கேட்க முடியலே. 'அறுத்தவ ஆத்தா வீட்டிலே' என்று பெரிய வங்க சொல்லுவாங்க; அதன்படி நீ என் வீட்டிலே வந்து இருக்கிறதுதான் நல்லது. என்ன, நான் சொல்றது?"

அன்று கடவுள் கொடுத்த கையையும் காலையும் நம்பி வாழச் சொன்ன அண்ணன், இன்று ஏன் இப்படிச் சொல்கிறான்? பொன்னிக்கு விஷயம் புரியாமல் போகவில்லை. அவள் 'களுக்' கென்று சிரித்து விட்டாள்.

'அண்ணாச்சி'யின் முகம் சுண்டி விட்டது. "ஏனம்மா, சிரிக்கிறே?" என்று கேட்டான், எதையோ பறிகொடுத்தவன் போல.

"ஒண்ணுமில்லை, அண்ணாச்சி! என்ன இருந்தாலும் கடவுள் கொடுத்த கையையும் காலையும் வச்சிக்கிட்டு, நான் பாட்டுக்கு இருக்கிறதுதான் நல்லது, அண்ணாச்சி! இன்னும் கொஞ்ச நாளைக்கு நீ தொல்லை, தொந்தரவு இல்லாமல் இருக்க வேணமா?" என்றாள் பொன்னி.

அவள் அவ்வாறு சொல்லி வாய்மூடியதுதான் தாமதம், அவன் தன்னுடைய 'வேஷ'த்தைக் கலைத்தான், "ஓஹோ! அம்மட்டுத் தூரத்துக்கு வந்துட்டியா?—இனிமே உன் வீட்டு வாசல்லே காலை வச்சா ஜோட்டை எடுத்துக்கோ" என்று வீராப்புடன் சொல்லிக் கொண்டே, துண்டை உதறித் தோளின் மேல் போட்டுக் கொண்டு எழுந்தான்.

அந்தக் காரியவாதி எதிர்பார்த்தபடி, பொன்னி அவனுடைய காலில் விழுந்து தன்னை மன்னிக்கும்படி வேண்டிக் கொள்ளவில்லை!

12. நடக்காத கதை

"காத்தாயி! அந்தப் பக்கிரிப் பயல் போற 'மிடுக்' கைப் பார்த்தியா? மானத்தைப் பார்த்துக்கிட்டு இல்லே அவன் நடக்கிறான்? என்னதான் வாழ்வு வந்தாலும் இப்படியா?" என்று அதிசயித்தவண்ணம், கையிலிருந்த புகையிலையிலிருந்து கொஞ்சம் திருகி எடுத்து வாய்க்குள் திணித்துக்கொண்டான் கண்ணுச்சாமி.

வீட்டுக்குள் ஏதோ வேலையாயிருந்த காத்தாயி வெளியே வந்து பார்த்தாள். பக்கிரி ராணுவ உடையுடன் 'கவாத்து நடை' நடந்து சென்று கொண்டிருந்தான். "ஆமாம், சண்டைக்குப் போய் வந்த சூரர் இல்லே; அப்படித்தான் நடப்பாரு!" என்றாள் காத்தாயி.

"ஊம்......இவன் சண்டைக்குப் போய் என்னத்தைக் கிழிச்சிப்பிட்டாள்? அங்கே இந்த வெள்ளைக்கார சோல் ஜருங்க இருக்கானுங்க பாரு, அவனுங்க பூட்ஸைக் கீட்ஸைத் தொடைச்சுக்கிட்டு இருந்திருப்பான்!"

"நல்லாச் சொன்னே! இருட்டிலே ஈச்ச மரத்தைக் கண்டா, 'ஐயோ, பிசாசு!'ன்னு அவன் அலறிக்கிட்டு ஓடுவானே!"

"அதுக்கில்லை காத்தாயி, நான் சொல்றது! மனிசன் முன்னே பின்னே இருந்ததைக் கொஞ்சமாச்சும் நிக்னச்சுப் பார்க்க வேணும்?—அந்தப் பயல் சண்டைக்குப் போறதுக்கு முந்தி நம்மைத் தேடி நம்ம வீட்டுக்கு வந்து ஒரு நாளாவது பேசிவிட்டுப் போகாமல் இருந்திருப்பானா?—நீயே சொல்லு!

"ஐயோ! அதை ஏன் கேட்கிறே? இவன்தான் இப்படின்னா, இவன் பெண்டாட்டியிருக்காளே பெரியாத்தா, அவளுக்கு எம்மா 'ராங்கி'ங்கிறே? தீவாளிக்கு ஒரு பட்டுப் புடவை வாங்கிக் கொடுத்துட்டாலும் கொடுத்துட்டான், அவள்

என்னமா ஓடிஞ்சி போறாங்கிறே?—அன்னிக்கு எதுக்கோ அவங்க வீட்டுக்குப் போயிருந்தேன்; நம்மபையனும் கூட வந்திருந்தான். அவங்க பெண்ணு திண்ணைமேலே வாங்கி தச்சிருந்த பட்டாசுக் கட்டை எடுத்துப் பார்த்துக்கிட்டு இருந்தது. நம்ம பையன் ஓடிப் போய் அந்தப் பெண்ணு கையிலேயிருந்த பட்டாசுக் கட்டை வாங்கிப் பார்த்தான். அதிலே என்ன தப்பு? அதைப் பார்த்ததும் அந்த ராங்கிக்காரி திடுதிடுன்னு என்னமா ஓடி வந்து 'வெடுக்' குன்னு பிடுங்கிக்கிட்டாங்கிறே? — எனக்கு ஆத்திரமா வந்திச்சு. நம்ம பையன் முதுகிலே நாலு அறை அறைஞ்சு உடனே கூட்டியாந்துட்டேன்!"

"அந்த நாய்ங்க வீட்டுக் கெல்லாம் நாம் போகவே படாதுங்கறேன்!—நீ பேசாம இரு: தர்மராஜா கோயில் உற்சவம்தான் நாளையோடு முடிஞ்சுபோவுதே?—இந்தப் பத்து ராத்திரியும் அம்மாம் பெரிய வெளக்கைத் தூக்கிக்கிட்டு நான் ஏன் தர்மராஜா சாமியோடு ஊரையெல்லாம் சுத்திச் சுத்தி வாரேன் தெரியுமா, காத்தாயி?—எல்லாம் உனக்காகத்தான்! தினம் தினம் கூலியைக்கூட வாங்கிக் கொள்ளாம ராவுத்தரை இல்லே சேர்த்து வைக்கச் சொல்லியிருக்கேன்? நாளைத் திருநாள் முடிஞ்சுதுன்னா, நாளன்றைக்குக் காலையிலே இந்தக் கையிலே முழுசா இருவது ரூவா இருக்கும். அப்புறம் நமக்கென்ன குறைவு, காத்தாயி? நம்ம வீட்டிலும் தீபாவளிதான்! அந்தப் பயல் பெண்டாட்டிக்குப் பட்டுப் புடவை எடுத்துக் கொடுத்தாக்கே, நான் உனக்கு ஒரு பருத்திப் புடவையாச்சும் எடுத்துக் கொடுக்கமாட்டேனா?" என்றான் கண்ணுச்சாமி.

அந்த வருஷம் ஆலங்குடியில் தர்மராஜா கோயில் உற்சவம் ஒரே அல்லோல கல்லோலப் பட்டது. காரணம், யாரோ ஒரு இரும்புக் கடைச் செட்டியார் மேற்படி உற்சவத்தை நடத்தி வைப்பதற்கு ஒப்புக் கொண்டதுதான். அவரைப்பற்றி ஊரில் பலர் பலவிதமாகப் பேசிக் கொண்டார்கள். "ஆமாம், அவன் கள்ள மார்க்கெட்டில் கொள்ளையடித்த காசெல்லாம் கரைய

வேண்டாமா?" என்றனர் சிலர். பண்ணிய பாவத்துக்கு ஏதாவது பிராயச் சித்தம் செய்ய வேண்டுமோ, இல்லையோ!" என்றனர் சிலர். யார் எப்படிப் பேசிக்கொண்டாலும் கண்ணுச்சாமியைப் பொறுத்தவரையில் செட்டியார் நல்லவராய்த்தான் இருந்தார். திருவிழாவின்போது 'காஸ் லைட்' கடை அல்லாப் பிச்சை ராவுத்தரிடமிருந்து அவனுக்குத் தினசரி கிடைத்து வந்த இரண்டு ரூபாயைத் தவிர செட்டியாரும் மேற் கொண்டு ஒரு ரூபாய் கொடுத்து வந்தார். கண்ணுச்சாமி, செட்டியார் கொடுத்து வந்த ஒரு ரூபாயை வீட்டுச் செலவுக்கு வைத்துக்கொண்டு, அல்லாப் பிச்சை ராவுத்தரின் இரண்டு ரூபாயை அவரிடமே சேர்த்து வைத்தான். பத்து நாள் திருவிழாவும் முடிந்தபிறகு, அந்த இருபது ரூபாயை மொத்தமாக வாங்கித் தீபாவளி கொண்டாடலாமென்பது அவனுடைய எண்ணம்.

அன்று பத்தாவதுநாள். வழக்கம்போல் இரவு பத்து மணிக்குப் பிறகு சுவாமியின் திருவீதி உலா ஆரம்பமாயிற்று. கண்ணுச்சாமி கச்சையை வரிந்து கட்டிக்கொண்டு 'காஸ் லேட்'டைத் தூக்கித் தலையில் வைத்துக் கொண்டான். அவனைப் பின்பற்றி அவனுடன் வந்தவர்களும், தங்கள் தங்கள் தலையில் விளக்குகளைத் தூக்கி வைத்துக் கொண்டனர். எல்லா விளக்குகளும் அல்லாப் பிச்சை ராவுத்தரின் கடையைச் சேர்ந்தவைதான். இந்த விளக்குத் தூக்கும் வேலையில் கண்ணுச்சாமியும், அவனுடைய நண்பனான முனிசாமியும் 'நிபுணர்கள்' என்று பட்டம் பெற்றவர்கள். ஆகவே, அவர்கள்தான் எல்லோருக்கும் முன்னால் காட்சியளித்தனர்.

வாணவெடிகளும் வாத்திய கோஷங்களும் முழங்க, சுவாமி மாட வீதியைக் கடந்து தேர் வீதிக்குத் திரும்பிற்று.

ஐயோ! இதென்ன? அந்தத் தெரு முனையிலிருந்த எல்லைக் கல்லைக் கண்ணுச்சாமி ஏன் கவனிக்கவில்லை? அவனுடைய

கால்கள் ஏன் அந்தக் கல்லுடன் மோதிக் கொண்டன? பாவம், அவன் தொபுகடீரென்று அப்படியா விழ வேண்டும்?

அவன் தலைமேலிருந்த 'காஸ் லைட்'...?

ஆயிரமாயிரம் சுக்கல்களாக வேண்டியதுதானே?

அப்படியானால் கழுத்து வலிக்க, கைகள் நோக, கால்கள் கடுக்க, கண்கள் எரிய, வியர்வை துளிர்க்க அவன் விடிய விடிய அந்தப் பத்து நாளும் பாடுபட்டதெல்லாம் வீண்தானா?

நாளைக் காலை பொழுது விடிந்ததும் குழந்தையைத் தூக்கித் தோளின் மேல் வைத்துக் கொண்டு, காத்தாயியுடன் கன குஷியாகக் கடைக்குச் செல்லலாம் என்று இருந்தானே!

இப்போது என்ன செய்வது? எப்படிச் சமாளிப்பது? அல்லாப் பிச்சை ராவுத்தர் இதற்கு என்ன செய்வார்?

சொல்வதென்ன?—இந்தப் பத்து நாளும் விளக்குத் தூக்கிய கூலி இருபது ரூபாயும் போக, மீதிக்கு "என்ன வழி?" என்று கேட்பார்.

"அதையும் தங்களிடமே வேலை செய்து தீர்த்து விடுகிறேன்!" என்றுதான் சொல்லித் தொலைக்க வேண்டும்.

அந்தப் பக்கிரிப் பயலின் முன்னால் நம் வீட்டில் தீபாவளி இல்லாமலா இருப்பது? குழந்தை அந்த அற்பப் பயலின் வீட்டுக்குப் போய்த் தூணைக் கட்டிக் கொண்டா நிற்பது?

அட, கடவுளே! உனக்குத்தானே விளக்குத் தூக்கினேன்?—இந்தக் கும்மிருட்டில் உன் திருமுகத்தை எல்லோரும் கண்டு களிக்கட்டும் என்றுதானே விளக்குத் தூக்கினேன்?—அதற்குப் பலன் இதுதானா?

கண் மூடிக் கண் திறக்கும் நேரத்தில் விழுந்து எழுந்த கண்ணுச்சாமியின் மனம் என்னவெல்லாமோ எண்ணி எண்ணி ஏங்கிற்று. அவனுடன் விளக்கைத் தூக்கிக் கொண்டு வந்த யாரும் அவனைக் கவனிக்கவில்லை—முனிசாமி கூடத்தான்!—எப்படிக் கவனிக்க முடியும்? சுவாமி தூக்குபவர்களோ, கஷ்டம் தெரியாமல் இருப்பதற்காக 'ஓ'வென்று ஆரவாரம் செய்து கொண்டு மேலே மேலே போய்க் கொண்டிருக்கிறார்கள். அவர்களுக்கு முன்னாலல்லவா 'காஸ் லைட்' சுமப்பவர்கள் ஓட்டமும் நடையுமாகச் செல்ல வேண்டியிருக்கிறது?

ஆகவே சிறிது நேரத்திற்கெல்லாம் கண்ணுச்சாமி தன்னந்தனியனாகி விட்டான். அந்த நள்ளிரவில் தள்ளாடிய வண்ணம் எழுந்து, அவன் தன் வீட்டை நோக்கி நடந்தான். வாயிலில் கட்டி வைத்திருந்த மூங்கில் தட்டியை அவிழ்த்து அப்பால் வைத்துவிட்டு உள்ளே நுழைந்தான். அரவம் கேட்டு அலறிப் புடைத்துக் கொண்டு எழுந்த காத்தாயி, "யார் அது?" என்று அவனை அதட்டிக் கேட்டாள்.

"நான்தான், காத்தாயி!" என்று கண்களில் நீர் மல்கச் சொன்னான் கண்ணுச்சாமி.

"என்ன, இந்த நேரத்திலேயே வந்துட்டே? பொழுது விடிந்தில்லே வருவேன்னு பார்த்தேன்?"

"நானும் அப்படித்தான் நினைச்சுக்கிட்டுப் போனேன், காத்தாயி! அந்தப் பாழும் தெய்வம்..."

"என்ன, என்ன!—ஏன்? என்ன தடந்தது?" என்று படபடப்புடன் கேட்டுக் கொண்டே, கட்டிச் சுருட்டிக் கொண்டு எழுந்து தன் கணவனுடைய தோள்களைப் பற்றினாள் காத்தாயி.

கண்ணுச்சாமி நடந்ததைச் சொன்னான்.

"இதற்கா இப்படி அழறே? 'அந்தத் தர்ம ராஜா தலையிலே இடி விழ!' என்று நினைச்சுக்கிட்டுப் பேசாம இருக்காம!" என்று சொல்லிக் காத்தாயி அவனைத் தேற்றினாள்.

***

பொழுது விடிந்தது. "தன்னுடைய கஷ்டம் விடிந்ததா?" என்று எண்ணிக் கொண்டே படுக்கையை விட்டு எழுந்தான் கண்ணுச்சாமி. காலைக் கடன்களை யெல்லாம் முடித்துக் கொண்டு, கவலையுடன் அல்லாப் பிச்சை ராவுத்தரின் கடையை நெருங்கினான்.

நடுங்கிக் கொண்டே ஒரு புறமாக ஒதுங்கி நின்ற அவனை நோக்கி, "என்னா பிள்ளை! ஏன் அங்கிட்டு நிக்கறே? —சும்மா இங்கிட்டு வா!" என்றார் அல்லாப்பிச்சை ராவுத்தர்.

கண்ணுச்சாமி தலையைச் சொறிந்து கொண்டே மெள்ள அவரை நெருங்கி, "ராத்திரி...ராத்திரி...... ராத்திரி..." என்று மேலே ஒன்றும் சொல்ல முடியாமல் மென்று விழுங்கினான்.

"எல்லாம் தெரியும், பிள்ளை! அதுக்கா இப்படி நடுங்கிக் கிட்டு நிக்கிறே?—சே! விட்டுத் தள்ளுங்கிறேன்! உன்னைக் கொண்டு இத்தனை வருஷமா நான் எவ்வளவு பணம் சம்பாதிச்சிருப்பேன்? இப்போ நீ தவறி ஒரு விளக்கை உடைச்சி விட்டதுக்காவ அந்த நஷ்டத்தை உன் தலையிலே கட்டறது அநியாய மில்லே! நானே உடைச்சி விட்டிருந்தேன் —அப்போ என்ன பண்ணியிருப்பேன், பிள்ளை?—அதே நியாயந்தான் உனக்கும்!" என்றார் அல்லாப்பிச்சை ராவுத்தர்.

கண்ணுச்சாமிக்குத் தூக்கி வாரிப் போட்டது. "எசமா!...... நிசமாகவா எசமான்...?" என்று ஏதோ சொல்ல ஆரம்பித்தான்.

"ஆமாம் பிள்ளை, ஆமாம்! இந்தா, உன்னுடைய பத்து நாள் கூலி இருபது ரூபாய்!—எடுத்துக்கிட்டுச் சந்தோஷமாய்ப்

போய் வா!" என்று மலர்ந்த முகத்துடன் இருபது ரூபாயை எடுத்து ராவுத்தர் அவனிடம் கொடுத்தார்.

அதைக் கைகூப்பிப் பெற்றுக் கொண்டு கண்ணுச்சாமி வீடு திரும்பினான். அவன் சொன்ன சேதியைக் கேட்ட காத்தாயி, ஏனோ மூர்ச்சை போட்டுக் கீழே விழுந்து விட்டாள். சிறிது நேரத்திற்குப் பிறகு மூர்ச்சை தெளிந்து எழுந்த அவளையும், குழந்தையையும் கூட்டிக் கொண்டு கடை வீதிக்குச் சென்றான் கண்ணுச்சாமி. தீபாவளிக்கு வேண்டியவற்றை யெல்லாம் ஒன்று விடாமல் வாங்கிக் கொண்டு வீடு திரும்பினான்.

மறு நாள் அவர்களுடைய வீட்டில் தீபாவளி ஏக அமர்க்களமாகக் கொண்டாடப்பட்டது. ஆனால் அன்று கிருஷ்ண பரமாத்மா அவர்களுடைய உள்ளத்தில் குடி கொண்டிருக்கவில்லை; அல்லாப்பிச்சை ராவுத்தர்தான் குடி கொண்டிருந்தார்!

13. என்ன பாவம் செய்தேன்?

எனக்கு உலகம் இன்னதென்று ஒருவாறு தெரிந்த பிறகு, என் வாழ்க்கையின் முதல் அத்தியாயம் ஆரம்பமாயிற்று. அப்போதுதான் என் தந்தைக்குப் பாரமாயிருப்பதை நான் ஓரளவு உணர்ந்தேன்.

வேலையிலிருந்து வீடு திரும்பியதும், "ராஜினி, ராஜினி!" என்று இரைவார் என் அப்பா. அந்தக் குரலில் தேனின் இனிமையும் பாலின் சுவையும் கலந்திருப்பது போல் எனக்குத் தோன்றும்.

அக்கம் பக்கத்து வீடுகளில் என் அன்புக்குகந்த தோழர்—தோழிகளுடன் விளையாடிக் கொண்டிருக்கும் நான், அதைக் கேட்டு ஓடோடியும் வருவேன்.

அன்புடன் என் கன்னத்தைக் கிள்ளி, ஆசையுடன் என்னைத் தூக்கிக் கொண்டு, வீட்டுக்குள் நுழைவார் என் அப்பா.

அங்கே விதவிதமான பட்சண வகைகளெல்லாம் எனக்காகக் காத்துக் கொண்டிருக்கும். எல்லாம் எனக்கென்று என் அப்பா வாங்கி வந்தவைதான். அவற்றை யெல்லாம் ஒருவாறு தீர்த்துக் கட்டுவதற்கும், "காப்பி கூடச் சாப்பிடாமல் இத்தனை நாழி எங்கே போயிருந்தாயாம்?" என்று அம்மா என்னைச் செல்லமாகக் கடிந்த வண்ணம் காப்பி கொண்டு வருவதற்கும் சரியாயிருக்கும். அதையும் குடித்து வைத்த பிறகு, அம்மா என்னைத் தன் மனதுக்குப் பிடித்த மாதிரி அலங்காரம் செய்து வைப்பதில் முனைவாள்.

ஒரு நாளாவது எனக்கென்று ஏதும் செய்து கொள்ள என்னை விடுவதில்லை என் அம்மா. உயிரற்ற என் விளையாட்டுப் பொம்மைகளில் என்னையும் ஒன்றாக அவள் எண்ணி விட்டாளோ என்னமோ! இல்லையென்றால், என் முகத்தை

நானே அலம்பிக் கொள்ளக் கூடவா அவள் என்னை விட மாட்டாள்?

அம்மாவின் லட்சணம்தான் இப்படியென்றால், அப்பாவின் லட்சணமாவது அதற்குக் கொஞ்சம் விரோதமாயிருக்கக் கூடாதோ? அதுவும் இல்லை. அவரிடம் நான் ஏதாவது என்னைப் பற்றிச் சொல்ல வாயெடுத்தால் போதும், "உனக்கெதற்கு, அந்தக் கவலையெல்லாம!" என்று கேட்டு, எல்லாக் கவலைகளையும் தன் தலையிலேயே போட்டுக் கொள்வார்.

"எதற்கும் நான் ஏதாவது ஒரு தொழிலுக்குப் படித்து வைக்கிறேனே, அப்பா!" என்றால், "குழந்தையும் குட்டியுமாகக் குடித்தனம் செய்வதைவிட, வேறு தொழில் உனக்கு என்னத்திற்கு?" என்று கேட்டு என் வாயை அடக்கி விடுவார்.

யோசித்துப் பார்த்தால், இப்போது நான் கொஞ்ச நஞ்சம் எழுதப் படிக்கக் கற்றுக் கொண்டிருக்கிறேனே, அதுகூட எனக்காக இல்லையென்று தோன்றுகிறது.

வேடிக்கையைத் தான் கேளுங்களேன்:

என்னைப் பள்ளிக்கூடத்தில் சேர்ப்பதற்காக என் அப்பா பிரயத்தனப்பட்டுக் கொண்டிருந்த போது, "இந்தக் காலத்துப் படித்த பெண்களின் நடவடிக்கைகளைப் பார்த்தால், நம்ம ராஜினியை ஏன் படிக்க வைக்க வேண்டும் என்று எனக்குத் தோன்றுகிறது!" என்றாள் அம்மா.

"சில சமயம் எனக்கும் அப்படித்தான் படுகிறது. ஆனால் இந்தக் காலத்துப் பையன்கள்தான், 'பெண்ணுக்குப் படிக்கத் தெரியுமா, பாடத் தெரியுமா, ஆடத் தெரியுமா?' என்றெல்லாம் கேட்க ஆரம்பித்து விட்டார்களே! அதற்காகத்தான் இவளைப்

படிக்க வைக்க வேண்டுமென்று பார்க்கிறேன்" என்றார் அப்பா.

எப்படியிருக்கிறது, கதை? எப்பொழுதோ எவனே வரப்போகிறானே, அவனுக்காக என்னைப் படிக்க வைக்கப் போகிறார்களாம். எனக்காக, என் வயிற்றை நானே வளர்த்துக் கொள்வதற்காக அவசியமானால் என் உயிரை நானே காப்பாற்றிக் கொள்வதற்காக, வேறொருவர் துணையின்றி நானும் இந்த உலகத்தில் சுயமரியாதையோடு உயிர் வாழ்வதற்காக—அவர்களும் ஒன்றும் செய்ய மாட்டார்களாம் : என்னையும் ஏதாவது செய்து கொள்ள விட மாட்டார்களாமே!

பார்க்கப் போனால், நாளாக ஆக என்னைப் பற்றி அவர்களுக்கு ஒரே ஒரு கவலைதான் மிஞ்சியிருந்தது. அந்தக் கவலை உலக வழக்கத்தை யொட்டித் தாங்கள் கண்ணை மூடுவதற்குள் எனக்குக் கல்யாணத்தைப் பண்ணி வைத்து விட வேண்டு மென்பதுதான்!

அதற்கேற்றாற் போல் அத்தகைய கவலையை அவர்களுக்கு அளிக்கக்கூடிய வயதை நானும் அப்போது அடைந்திருந்தேன். என் உடம்பிலே புதிய தெம்பு, உள்ளத்திலே புதிய உணர்ச்சி, அங்க அவயங்களிலே புதிய கவர்ச்சி எல்லாம் என்னை வந்து எப்படியோ அடைந்து விட்டன. இந்த மாறுதல் என் தாய் தந்தையர் அதுவரை என்னிடம் காட்டி வந்த அன்பிலும் ஆதரவிலும் கூடத் தலையிட்டது.

முன்போல், "ராஜினி, ராஜினி!" என்று அப்பா என்னை அழைக்கும் போது, அந்தக் குரலில் தேனின் இனிமையும் பாலின் சுவையும் கலந்திருப்பது போல் எனக்குத் தோன்றுவதில்லை; விஷமும் விளக்கெண்ணெயும் கலந்திருப்பது போல் தோன்றும்.

"ஏன் அப்பா!" என்று கேட்டுக் கொண்டே வந்தால் அவர் முன்போல் என் கன்னத்தை அன்புடன் கிள்ளி, ஆசையுடன்

தூக்கிவைத்துக் கொள்வதில்லை. "போ, உள்ளே ! இன்னொரு தரம் அங்கேயெல்லாம் போனாயோ, உன் காலை ஒடித்து விடுவேன்!" என்று எரிந்து விழுந்தார்.

அவர் மட்டுமா? அம்மாவும், "காப்பிசுடச் சாப்பிடாமல் இத்தனை நாழி எங்கே போயிருந்தாயாம்?" என்று முன் போல் என்னைச் செல்லமாகக் கடிந்து கொள்வதில்லை: "இத்தனை நாழி வெளியே என்னடி வேலை, உனக்கு? பேசாமல் ஒரு மூலையைப் பார்த்துக் கொண்டு உட்காரு" என்பாள், முகத்தில் எள்ளும் கொள்ளும் வெடிக்க.

"இதென்ன வேடிக்கை! இவர்கள் இப்படி எரிந்து விழும்படியாக நாம் என்ன குற்றம் செய்தோம்?" என்று ஒன்றும் புரியாமல் நான் 'திரு திரு' வென்று விழிப்பேன்.

என் வாழ்நாட்கள் இப்படியே புரிந்தும் புரியாமலும் சென்று கொண்டிருந்தன. கடைசியில் என் பெற்றோர் கவலையைத் தீர்க்கும் அந்த நாளும் வந்தது. "இதுவரை உன் பெற்றோர் உன்னைக் காப்பாற்றியது போதும்; இனி மேல் நான் காப்பாற்றுகிறேன், வா!" என்று சொல்லிக் கொண்டு யாரோ முன் பின் தெரியாத ஒருவன் வந்து என் கரங்களைப் பற்றினான். நானும் அவனைப் பின் தொடர்ந்து சென்றேன்.

தங்கள் கவலை தீர்ந்ததென்று எண்ணியோ என்னமோ, என் பெற்றோர் எனக்குக் கல்யாணமான சில வருடங்களுக் களுக்கெல்லாம் ஒருவர் பின் ஒருவராகக் கண்ணை மூடி விட்டார்கள்.

***

என் வாழ்க்கையின் முதல் அத்தியாயம் முடிந்து, இரண்டாம் அத்தியாயம் ஆரம்பமாயிற்று. அதாவது நேற்று வரை என் தந்தைக்குப் பாரமாயிருந்த நான், இன்று, என் கணவருக்குப் பாரமானேன்.

ஆரம்பத்தில் என் கணவர் என்னிடம் காட்டிய அன்பு, சின்னஞ் சிறு வயதில் என் தகப்பனார் காட்டிய அன்பைக் கூடத் தூக்கியடிப்பதாயிருந்தது. அதைக் கண்டு நான் அடைந்த பெருமைக்கு ஓர் எல்லையே இல்லை. வெறும் புத்தக அனுபவத்தோடு இருந்த எனக்கு அந்த அன்பு, அமரத்துவம் வாய்ந்ததென்றே முதலில் தோன்றிற்று, உண்மையில் அவர் என் மீது காதல் கொள்ளவில்லை, என் 'கன்னிப் பருவ'த்தின் மீதுதான் காதல் கொண்டார் என்ற விஷயம் பிறகுதான் எனக்குத் தெரிந்தது.

அந்த நாளில் அவரைக் கண்ட மாத்திரத்தில் என்னை வெட்கம் பிடுங்கித் தின்னும். எதிரே நிற்பதென்றால் என்னவோ மாதிரி இருக்கும்! தப்பித்தவறி அவரிடம் ஒரு வார்த்தை பேசிவிட்டாலோ என் உடம்பே சில்லிட்டுப் போகும்.

அவரோ என்னை நேருக்கு நேராக ஒரு முறையாவது பார்த்துவிட வேண்டு மென்றும், ஒரு வார்த்தையாவது பேசிவிடவேண்டுமென்றும் துடியாய்த் துடிப்பார். ஆடு திருடிய கள்ளனைப் போல் அக்கம் பக்கம் பார்த்து விழித்த வண்ணம், "ராஜினி, ராஜினி!" என்று மெல்லிய குரலில் அழைத்துக் கொண்டே, என்னைச் சுற்றிச் சுற்றி வருவார். அவரைக் கடைக்கண்ணால் கவனித்துக் கொண்டே நான் காரியமும் கையுமாக இருப்பேன். ஒரு காரியமும் இல்லாத போதுகூட யாரையாவது கூப்பிட்டு வைத்துக்கொண்டு சாங்கோபாங்கமாகப் பேசிக் கொண்டிருப்பேன்—ஆமாம், அவர் என்னை நெருங்குவதில் எவ்வளவுக்கெவ்வளவு ஏமாற்ற மடைகிறாரோ, அவ்வளவுக்கவ்வளவு அப்போது எனக்கு ஆனந்தமாய்த் தானிருந்தது.

போனால் போகிறதென்று நான் எப்பொழுதாவது அவரிடம் ஒரு வார்த்தை பேசி விட்டால் போதும்; இந்த உலக சாம்ராஜ்யமே தம்முடைய கைக்குக் கிட்டிவிட்டது போல் அவர் ஒரே குதூகலத்தில் ஆழ்ந்து விடுவார்.

இந்த ரஸமான வாழ்க்கை நெடு நாள் நீடிக்கவில்லை. சிறிது நாளைக்கெல்லாம் காதலும் ஊடலும் குடிகொண்டிருந்த எங்கள் வாழ்க்கையில் கோபமும் தாபமும் வந்து குடிகொண்டன. அன்று என்னை ஒரு முறையாவது நேருக்கு நேர் பார்த்து, ஒரு வார்த்தையாவது பேசிவிடவேண்டுமென்று அவர் என்னைச் சுற்றிச் சுற்றி வந்தது போய், இன்று அவரை ஒரு முறையாவது நேருக்கு நேராகப் பார்த்து ஒரு வார்த்தையாவது கேட்டுவிட வேண்டுமென்று நான் அவரைச் சுற்றிச் சுற்றி வந்தேன். இந்த நிலையிலே நான் எதற்காகப் பெண்ணாய்ப் பிறந்தேனோ, அதற்காக மூன்று குழந்தைகளையும் பெற்று வைத்தேன்.

நாங்கள் இருவரும் ஒருவருக்கொருவர் பரிமாறிக் கொண்டிருந்த அன்பு அத்தனையும் சேர்ந்து அந்தக் குழந்தைகளாக உருவெடுத்து வந்து விட்டனவோ என்னவோ, அதற்குப் பிறகு எங்கள் வாழ்க்கையில் துளிக்கூட அன்பே யில்லாமற் போய்விட்டது. நாளடைவில் அவர் என்னை எலியைப்போல் பாவிப்பதும், அவரை நான் பூனையைப்போல் பாவிப்பதும் சர்வ சாதாரணமாகி விட்டது.

இதனால் அந்த வீட்டில் குடித்தனம் செய்வதை 'என் தலைவிதி' என்று நான் நினைத்துக் கொண்டேன்; அந்தக் குடித்தனம் நடப்பதற்கு வேண்டிய வரும்படிக்கு வழி தேடுவதை அவர் 'தன் தலைவிதி' என்று நினைத்துக் கொண்டார்.

இந்த லட்சணத்தில் 'ஏன் பிறந்தோம்?' என்ற நிலையில் எங்கள் குழந்தைகள் வளர்ந்து வந்தன.

போதிய பணம் மட்டும் இருந்திருந்தால், துன்பத்தை எதிர்த்து நின்று நாங்கள் ஓரளவு இன்பத்தை அடைந்திருக்கலாம் என்பது உண்மைதான். ஆனால், அதுதானே எங்களிடம் இல்லை?

என் வாழ்க்கையின் இரண்டாம் அத்தியாயம் ஆரம்பமாகி எப்படியோ பத்து வருஷங்கள் கழிந்துவிட்டன. இனி மூன்றாம் அத்தியாயம் ஒன்றுதான் பாக்கியிருந்தது. அதாவது, முதலில் என் தந்தைக்குப் பாரமாயிருந்து, பின்னால் என் கணவருக்குப் பாரமாயிருந்த நான், இப்போது என மகனுக்குப் பாரமாக வேண்டும்.

இந்த மூன்றாவது அத்தியாயத்தோடு மற்ற பெண்களுடைய வாழ்க்கையைப் போல் என்னுடைய வாழ்க்கையும் முடிந்துவிடும். ஆனால் அதற்குரிய வயதை என் மகன் அடைய வேண்டியிருந்தது. அது வரை ஒன்று என் கணவர் உயிருடன் இருந்தாக வேண்டும்; இல்லையென்றால் நான் அவருக்கு முன்னால் இறந்துபோக வேண்டும்—இதுதானே நம்பாரத நாட்டுப் பெண்மணிகளுக்குப் பெரியோர் வகுத்துள்ள வழி?

வழி, நல்ல வழியாயிருக்கலாம். ஆனால் யமனுடைய ஒத்துழைப்பும் அல்லவா அதற்கு அவசியம் வேண்டியிருக்கிறது?

சின்னஞ் சிறு வயதிலே எத்தனையோ தாய்மார்கள், "மஞ்சள் குங்குமத்தோடு என்னை அவருக்கு முன்னால் கொண்டு போய்விடு, பகவானே!" என்று வேண்டிக் கொள்வதை நான் கேட்டிருக்கிறேன். அந்த வேண்டுகோளில் பொதிந்து கிடந்த பொருள் இப்பொழுதல்லவா எனக்குத் தெரிகிறது!

இந்த உண்மை தெரிந்ததும் நானும் அப்படியே பிரார்த்தனை செய்ய ஆரம்பித்தேன். வாழ்வதற்காக அல்ல; சாவதற்காக!

என்னுடைய பிரார்த்தனை பலிக்கவில்லை. திடீரென்று ஒரு நாள் என் கணவரை யமன் வந்து அழைத்துச் சென்ற போது, அந்தப் பாழும் கடவுள் எதிர்பாராத விதமாகத் தோன்றி அவனைக் காலால் உதைக்கவில்லை!

அன்றிவிருந்து நான் அனாதையானேன். அத்துடன் சம்பிரதாயப்படி என் மகனுக்கு நான் பாரமாயிருப்பது போய், அவன் எனக்குப் பாரமானான்.

இந்த லட்சணத்தில்தான் என் வாழ்க்கையின் மூன்றாம் அத்தியாயம் ஆரம்பமாகியிருக்கிறது. எனக்கோ குழந்தை குட்டியுடன் குடித்தனம் செய்வதைத் தவிர வேறொன்றும் தெரியாது. என் அப்பாவும் அந்தக் காலத்தில் எனக்கு அவ்வளவு தெரிந்தால் போதுமென்று தானே சொன்னார்?

அவருடைய வாக்கின்படி இப்பொழுது யாருடைய வரும்படியைக் கொண்டு நான் குடித்தனத்தை நடத்துவது? என்னை நானே காப்பாற்றிக் கொள்ளக்கூடிய நிலையில் இல்லாத எனக்கு யார் இப்போது உதவப்போகிறார்கள்? இந்தக் கதிக்கு ஆளாக நான் என்ன பாவம் செய்தேன்?

14. வேலைக்காரி விசாலம்

அனந்தகிருஷ்ணனுக்கு ஐந்து வயது. ஆனால் செல்வத்தின் காரணமாக அவன் ரொம்ப ரொம்பச் சின்னக் குழந்தையாகப் பாவிக்கப்பட்டு வந்தான். ஸ்ரீமான் ராமேஸ்வரனுக்கு அவன் ஏகபுத்திரன். வழக்கம் போல் அன்றும் மாலை வேளையில் அவனைத் தள்ளு வண்டியில் உட்கார வைத்துத் தள்ளிக் கொண்டு சென்றாள் வேலைக்காரியான விசாலம்.

விசாலத்துக்கும் ஒரு குழந்தை இருந்தது. சேகரன். என்பது அவன் நாமதேயம். அவனுக்கும் ஏறக்குறைய ஐந்து வயதுதான் இருக்கும். ஆனால் வறுமையின் காரணமாக அவன் ரொம்ப ரொம்பப் பெரிய குழந்தையாகப் பாவிக்கப் பட்டு வந்தான். அம்மாவின் இடுப்புக்கூட அவன் சவாரி செய்வதற்குக் கிடைப்பதில்லை. அது கூட அனந்த கிருஷ்ணனுக்குத்தான் அடிக்கடி உபயோகப்பட்டு வந்தது.

அன்று என்னவோ தெரியவில்லை; சேகருக்குத் தானும் தள்ளுவண்டியில் ஏறிக்கொண்டு சவாரி செய்யவேண்டு மென்ற ஆசை வந்து விட்டது.

"அம்மா!"

"ஏண்டா?"

"தள்ளு வண்டி, அம்மா!"

குழந்தை தன்னுடைய நிலைமை தெரியாமல் தனக்கும் ஒரு தள்ளு வண்டி வாங்கிக் கொடுக்கச் சொல்கிறானாக்கும் என்று நினைத்து விசாலம் சிரித்துக்கொண்டே, "ஆகட்டும்; நாளைக்கே ஒரு வண்டி வாங்கி விடலாம்; அந்த வண்டியில் உன்னை உட்கார வைத்துத் தள்ளிக்கொண்டு செல்ல ஒரு வேலைக்காரியையும் வைத்துக் கொள்ளலாம்!" என்றாள்.

வாழ்க்கையில் அவ்வளவு நம்பிக்கை அற்றுப் போயிருந்தது அவள் உள்ளம்.

"இல்லை, அம்மா!" என்று தன் பிரேரணையில் ஒரு சிறு திருத்தம் கொண்டு வந்தான் பையன்.

"பின் என்னடா?" என்று அதட்டினாள் தாயார்.

அன்னையின் அதட்டலைக் கேட்டதும், அஸ்தமிக்கும் ஆதவனைக் கண்ட அல்லி மலரைப் போலக் குழந்தையின் வதனம் குவிந்து விட்டது.

தன் விருப்பத்தை வாய் மூலம் தெரிவிப்பதற்குக்கூட அஞ்சிய குழந்தை ஒரு கையால் கண்ணைக் கசக்கிக் கொண்டே இன்னொரு கையால் தள்ளு வண்டியில் உட்கார்ந்திருந்த அனந்தகிருஷ்ணனைச் சுட்டிக் காட்டினான்.

அப்பொழுதும் விசாலத்துக்கு விஷயம் என்னவென்று தெரியவில்லை.

ஆனால் குழந்தையின் மனம் குழந்தைக்குத் தெரியுமோ என்னமோ, சேகரின் விருப்பத்தை அனந்தகிருஷ்ணன் எப்படியோ தெரிந்து கொண்டு விட்டான். உடனே வண்டியை விட்டுக் கீழே இறங்கி, "ஊம்...... ஏறிக்கோ!" என்றான்.

பரஸ்பரம் குழந்தைகள் தங்களுக்குள் இப்படி விட்டுக் கொடுத்துக் கொண்டதுகூட விசாலத்துக்குப் பிடிக்கவில்லை. பிடிக்காமற் போனதோடு மட்டும் இல்லை; அவளுக்குப் பயமாயும் இருந்தது—எஜமான் பார்த்துவிட்டால் என்ன ஆகும்? இந்த வேலையில்கூட மண்ணைப் போட்டுக்கொண்டு அப்புறம் எப்படிக் காலத் தள்ளுவது? இந்தச் சண்டாளன் வேலைக்கு எமனாயிருப்பான் போலிருக்கிறதே!

இப்படி அவள் எண்ணிக் கொண்டிருந்ததைக் குழந்தைகள் கவனித்ததாகத் தெரியவில்லை. அனந்த கிருஷ்ணன் 'ஊம்' என்றதுதான் தாமதம்; சேகரன் 'ஜம்' என்று வண்டிக்குள் ஏறி உட்கார்ந்து கொண்டான்.

விசாலம் பொறுமையை இழந்து விட்டாள். அவள் ஆத்திரத்துடன் சேகரனைத் தூக்கிக் கீழே விட்டுவிட்டு, "அனந்த், ஏறிக்கொள்!" என்றாள்.

"ஊஹூம்... மாட்டேன்! கொஞ்ச தூரம் நான் நடக்கத் தான் போகிறேன்!" என்று பிடிவாதம் பிடித்தான் அனந்தகிருஷ்ணன்.

சேகரன் அழ ஆரம்பித்து விட்டான்.

தாயாருக்குத் தர்ம சங்கடமாக இருந்தது. ஒன்றும் புரியாமல் தவித்தாள்.

அனந்தகிருஷ்ணன் அவளைக் கவனிக்கவில்லை. சேகரனை மீண்டும் வண்டியில் ஏற்றிவிட்டு, தானே வண்டியைத் தள்ள ஆரம்பித்தான்.

'பாம்ப பாம், பாம்ப பாம்!' என்று பங்களாவுக்கு வரும் பாதையிலிருந்து மோட்டார் 'ஹார்ன்' சத்தம் கேட்டது—ஆமாம்; விசாலம் எதிர்பார்த்தபடி எஜமான் தான் அந்தக் காரில் வந்து கொண்டிருந்தார்.

கதிகலங்கிப் போய் விட்டாள் விசாலம்.

கடைசியில் என்ன?—எஜமான் அந்த அநீதியை—அக்கிரமத்தைப் பார்த்தே விட்டார்! —சேகரன் வண்டியில் ஏறிக் கொண்டிருப்பதையும், தம்முடைய குழந்தை வண்டியைத் தள்ளிக்கொண்டு செல்வதையும்தான்!

என்ன கர்வம், இவளுக்கு! தள்ளு வண்டியில் தன் பிள்ளையை உட்கார வைத்ததோடு இல்லாமல், அனந்த கிருஷ்ணனை விட்டு அல்லவா வண்டியைத் தள்ளச் சொல்லியிருக்கிறாள்!

"ஏய்!"—ஆமாம்: இது எஜமானின் அதிகார பூர்வமான அழைப்பு! உழைப்பைப் பெற்றுக் கொண்டு ஊதியம் கொடுக்கும் அவனுக்கு, அவள் சுயமரியாதையையும் தத்தம் செய்துவிட வேண்டும்!

விசாலத்தின் கண்கள் கலங்க ஆரம்பித்து விட்டன. கார் நிறுத்தப்பட்டது.

விசாலம் பயபக்தியுடன் வந்து நின்றாள். "மன்னிச்சுடுங்கோ!" என்ற வார்த்தை அவள் வாயிலிருந்து ஒவ்வொரு அக்ஷரமாகத் தயங்கித் தயங்கி வெளியே வந்தது.

எஜமானின் விழிகள் அப்படியும் இப்படியுமாக ஒரு நிமிஷம் உருண்டன. மறு நிமிஷம் ஒரு நீண்ட பெருமூச்சு: கடைசியில் 'உம்' என்ற ஒரு பயங்கர உறுமல்; கார்கிளம்பி விட்டது.

'அப்பாடி!' என்று விசாலம் 'விடுவிடு'வென்று தள்ளு வண்டி சென்ற திக்கை நோக்கி நடந்தாள். வண்டியில் உட்கார்ந்திருந்த சேகரனின் இரு கன்னத்திலும் இரண்டு அறைகள் வைத்தாள். குழந்தை 'வீல்' என்று கத்தினான்; துடியாய்த் துடித்துப் போனான்: "அம்மா! அம்மா!" என்று அலறினான். ஆனாலும் அவள் மனம் இரங்கவில்லை—கூலிப் பிழைப்பை விடவா குழந்தை?

பரபரப்புடன் அனந்தகிருஷ்ணனைத் தூக்கி வண்டியில் உட்கார வைத்தாள்; பங்களாவை நோக்கி வண்டியைத் தள்ளிக் கொண்டு சென்றாள்.

குழந்தையைக் கூடக் கவனிக்காமல் தான்!

எஜமான் முன்னால் வண்டியை நிறுத்தினாள். அவர் விரைந்து வந்து அனந்தகிருஷ்ணனைத் தூக்கித் தோளின் மேல் போட்டுக்கொண்டு "ஜாக்கிரதை! இன்னொரு முறை இம்மாதிரி செய்தாயோ, வீட்டுக்குத்தான்!" என்று எச்சரித்தார்.

இந்தச் சமயத்தில், "அவள் செய்யவில்லை, அப்பா! நானேதான் அவனை வண்டியில் உட்கார வைத்துத் தள்ளினேன்; எனக்கு அப்படிச் செய்ய வேண்டுமென்று ஆசையாயிருந்தது, அப்பா!" என்றான் அனந்தன்.

"குழந்தை! உனக்கென்ன தெரியும்? நீ செய்தால் அவள், பார்த்துக் கொண்டிருப்பதா?" என்று சொல்லிக் கொண்டே ராமேஸ்வரன் உள்ளே போய்விட்டார்.

விசாலம் திரும்பினாள். அவளுக்குப் போன உயிர் திரும்பி வந்தது போலிருந்தது. அடிக்கும் கைதானே அணைக்கவும் வேண்டும்? சாலையிலேயே நின்று அழுது கொண்டிருந்த குழந்தையை நோக்கி நடந்தாள். குழந்தையும் விக்கி விக்கி அழுது கொண்டே அவளை நோக்கி வந்து கொண்டிருந்தான். இருவரும் சந்தித்தனர்— ஐயோ! இரண்டு கன்னத்திலும் என்ன, அத்தனை பெரிய தழும்புகள்?

பார்த்த மாத்திரத்தில் விசாலத்தின் வயிறு 'பகீர்'. என்றது. குழந்தையை வாரி மார்புடன் அணைத்துக் கொண்டு தேம்பித் தேம்பி அழுதாள்.

அடி பைத்தியக்காரி! உன்னே யார் அடிக்கச் சொன்னார்கள், அப்புறம் யார் அழச்சொன்னார்கள்?

***

அன்று ஏனோ தெரியவில்லை; வீட்டுக்கு வரும் போதே ஸ்ரீமான் ராமேஸ்வரன் ஒரு மாதிரியாக வந்தார். தேள் கொட்டிய திருடனின் வேதனை அவருடைய திவ்யவதனத்தில் பிரதிபலித்துக் கொண்டிருந்தது. "அடியே!" என்று மனைவியைக் கூப்பிட்டுக் கொண்டே ஆயாசத்துடன் ஹாலிலேயே உட்கார்ந்து விட்டார்.

'என்னமோ, ஏதோ' என்ற பீதியுடன் அவர் மனைவி மனோன்மணி ஓடோடியும் வந்தாள்.

அவளைப் பார்த்ததும், சுகாசனத்தில் நிமிர்ந்த படி உட்கார்ந்திருந்த ராமேஸ்வரன், "வந்துட்டாண்டீ!" என்று சொல்லிக் கொண்டே பின்னால் 'தொப்' பென்று சாய்ந்தார்.

"யார் 'வந்துட்டாண்டி?'" என்று பதட்டத்துடன் கேட்டாள் மனோன்மணி.

"நம்முடைய கம்பெனிக்கு ஒரு 'அக்கௌண்டெண்ட்' தேவை என்று பத்திரிகையில் விளம்பரம் செய்திருந்தேனோ இல்லையோ, அதற்கு ஒரு 'அப்ளிகேஷன்' வந்தது. ஆசாமியை நேரில் வரச் சொல்லி கடிதம் எழுதச் சொன்னேன்; வந்தான். பார்த்தால் அவனே அந்த ஆசாமி!"

"ஐயோ! 'அவன், இவன்' என்று சொல்லி ஏன் என் பிராணனை வாங்குகிறீர்? ஆசாமி யார் என்று சொல்லித் தொலையுங்களேன்!" என்று தலையில் அடித்துக்கொண்டு கேட்டாள் மனோன்மணி.

"போடி, போ! உனக்குத்தான் எல்லாம் தெரிந்த கதையாச்சே! பர்மாவிலிருந்து எவனுடைய பணத்தைக் கொள்ளையடித்துக் கொண்டு வந்து இங்கே நாம் இவ்வளவு அமர்க்களமாயிருக்கிறோமோ, அந்தப் பணத்துக்குச் சொந்தக்காரன் என்னிடம் 'அக்கௌண்டெண்ட்' வேலை பார்க்க வந்திருக்கிறான்!" என்றார் ராமேஸ்வரன்.

"நான் அப்பொழுதே சொல்லவில்லையா? எங்கேயாவது அவர் இன்னும் உயிரோடு இருந்தாலும் இருப்பார் என்று. நீங்கள்தான் அந்த மனுஷர் செத்தே போயிருப்பார் என்று ஒரேயடியாய்ச் சாதித்தீர்கள்!"

"நான் என்னத்தைக் கண்டேன்? நாம் வரும் போது நம் கண் முன்னாலேயே எத்தனையோ பேர் சாகவில்லையா? அத்தனை பேரில் அவனும் ஒருவனாயிருப்பான் என்று நான் நினைத்தேன். கடைசியில் என்னடா என்றால்..." என்று சொல்லிக் கொண்டே ராமேஸ்வரன் தம் முகவாய்க் கட்டையை அப்படியும் இப்படியுமாகத் தடவி விட்டுக் கொண்டார்.

"கடைசியில் என்னதான் ஆச்சு?"

"என்ன ஆவது? குற்றத்தை ஒப்புக் கொண்டேன். 'எல்லாம் உம்முடைய பணத்தான், சந்தர்ப்பம் உம்மிடம் பணத்தை ஒப்புவிக்க முடியாமல் செய்துவிட்டது. இப்பொழுது இந்தக் கம்பெனியை நீங்களே ஏற்றுக் கொள்ளுங்கள். நான் பழையபடி உங்களிடம் 'அக்கௌண்டெண்ட்' டாகவே இருந்து உத்தியோகம் பார்க்கிறேன்' என்று சொல்லி விட்டேன். அவரும் என்னுடைய பெருந்தன்மையை மெச்சி என்னைக் கட்டித் தழுவிக் கொண்டார்"

"நல்ல மனுஷர், பாவம்!"

"நல்ல மனுஷராவது, நல்ல மனுஷர்! இப்பொழுது வந்து நம் குடியைக் கெடுத்தானே, அதைச் சொல்லு!"

"போகட்டும்; அந்த மட்டுமாவது விட்டாரே!—கடவுள் கிருபையிருந்தால் நாளைக்கே கஷ்டப்பட்டு முன்னுக்கு வந்து விடுகிறோம்!"

"கடவுள் கிருபையுமாச்சு, கஷ்டப்பட்டு முன்னுக்கு வருவதுமாச்சு! இந்த ஜன்மத்தில் அதெல்லாம் நடக்கிற காரியமா?—என்னமோ ஜப்பான்காரன் நமக்காகப் பெரிய மனது பண்ணி பர்மாவைத் தாக்கினான்; நமக்கும் நல்ல காலம் வந்தது; அகப்பட்டதைச் சுருட்டிக்கொண்டு வந்து இங்கே குடியும் குடித்தனமுமானோம். கொடுத்து வைக்கவில்லை, போய்விட்டது!" என்று கையை விரித்தார் ராமேஸ்வரன்.

மனோன்மணி அதற்குமேல் ஒன்றும் கேட்க விரும்பவில்லை; பேசாமல் உள்ளே போய்விட்டாள்.

***

வீட்டு முற்றத்தில் உட்கார்ந்தபடி வீதியை நோக்கிக் கொண்டிருந்தார் ராமேஸ்வரன்— தமது பழைய எஜமானரின் வரவை எதிர்பார்த்துத்தான்!

சிறிது நேரத்திற்கெல்லாம் அவரும் வந்து சேர்ந்தார். மலர்ந்த முகத்துடன் அவரைக் கை கூப்பி வரவேற்று, தமக்கு எதிரேயிருந்த ஆசனத்தில் உட்காரும்படி வேண்டிக் கொண்டார் ராமேஸ்வரன். மரியாதைக்காகத் தமக்கு முன்னால் எழுந்து நின்ற ராமேஸ்வரனை நோக்கி, "பரவாயில்லை, உட்காருங்கள்!" என்றார் வந்தவர்.

இந்தச் சமயத்தில் ஏதோ வேலையாக வெளியே போய் விட்டு வந்த விசாலம், முற்றத்தில் உட்கார்ந்திருந்த புதிய மனிதரைப் பார்த்ததும், "ஹா! நீங்களா!" என்று அலறிக் கொண்டே மின்னல் வேகத்தில் அந்த மனிதரை நோக்கிப் பாய்ந்தாள். அடுத்த நிமிஷம் அவருடைய மடியில் தலையைப் புதைத்துக் கொண்டு அவள் விம்மி விம்மி அழுதாள்.

"விசாலம்! நீயா விசாலம்! இதென்ன கோலம்? இந்தக் கோலத்தில் உன்னைப் பார்க்கவா நான் இத்தனை நாளும்

உயிரை வைத்துக் கொண்டிருந்தேன்? குழந்தை எங்கே?—குழந்தை எங்கே?" என்று கண்ணீர் மல்கத் துடிதுடித்து கொண்டே அவளைத் தூக்கி நிறுத்தினார் அவர்.

"நான் சொன்னபடி முதலிலேயே அந்தப் பாழாய்ப் போன பர்மாவை விட்டு வெளியேறியிருந்தால் நமக்கு இந்தக் கதி நேர்ந்திருக்குமா? 'இன்னும் என்ன ஆகிறதென்று பார்ப்போம்' என்று பணத்தை நம்பி நாளைத் தள்ளிக்கொண்டு வந்தீரே. கடைசியில் அந்தப் பணம் போன வழி நமக்குத் தெரிந்ததா? நாம் போன வழி பணத்துக்குத் தெரிந்ததா?" என்று விம்மலுக்கும் விக்கலுக்கும் இடையே கேள்வி மேல் கேள்வியாகக் கேட்டாள் விசாலம்.

ராமேஸ்வரனுக்கு ஒன்றுமே புரியவில்லை; அவருக்கு எல்லாம் ஒரே வியப்பாயிருந்தது. வாயைப் பிளந்தபடி, "நம்முடைய எஜமானியம்மாளா நமக்கு இத்தனை நாளும் வேலைக்காரியாக இருந்தாள்!" என்று எண்ணமிட்டார்.

மனோன்மணியும் இன்னதென்று சொல்ல முடியாத நிலையில் தவியாய்த் தவித்தாள்.

அடுத்த நிமிஷம் ஸ்ரீமான் ராமேஸ்வரனுக்கு என்ன தோன்றிற்றோ என்னமோ, அவர் தம்மை அறியாமலேயே, "சேகர்! சேகர்!" என்று இரைந்து கொண்டே வாயிற் படிக்கு வந்தார்.

எங்கேயோ விளையாடிக் கொண்டிருந்த சேகர் ஓடோடியும் வந்தான். ராமேஸ்வரன் அவனை வாரியெடுத்து அன்புடன் அணைத்துக் கொண்டுபோய்த் தள்ளு வண்டியில் உட்கார வைத்தார்; தாமே வண்டியைத் தள்ளிய வண்ணம் தோட்டத்தைச் சுற்றிச் சுற்றி வந்தார்.

சேகருக்கு ஒன்றும் புரியவில்லை; திருதிருவென்று விழித்தான்—என்றும் இல்லாத திருநாளாய், கேவலம் ஒரு

வேலைக்காரியின் பிள்ளையை ஆனானப்பட்ட எஜமானே வண்டியில் வைத்துத் தள்ளுவதென்றால்......?

15. கிளி பேசுகிறது!

அந்த பங்களாவைச் சுற்றிலும் பெரிய தோட்டம் இருந்தது. அந்தத் தோட்டத்தில் எத்தனையோ விதவிதமான மரங்கள், செடிகள், கொடிகள்! இலைகளில்தான் எத்தனை யெத்தனை வகைகள்; மலர்களில்தான் எத்தனை யெத்தனை நிறங்கள்; மணங்களில் தான் எத்தனை யெத்தனை விதங்கள்; கனிகளில்தான் எத்தனை யெத்தனை சுவைகள்! அம்மம்மா! அவற்றின் அழகை மனதினால்தான் உணர முடியுமே தவிர, வாயினால் விவரிக்கவே முடியாது.

எல்லோருக்கும் பொதுவாக இயற்கை அளிக்கும் அந்தச் செல்வத்தை பங்களாவில் குடியிருந்த ஒரு சிலர் மட்டும் ஏகபோகமாக அனுபவித்துக் கொண்டிருந்தார்கள். ஆனால், தங்களைப் போன்ற மனிதர்களைத்தான் அவற்றை அனுபவிக்க முடியாதபடி அவர்களால் தடுக்க முடிந்ததே தவிர, எங்களைப் போன்ற புள்ளினங்களை அவ்வாறு தடுக்க முடியவில்லை.

அந்தத் தோட்டம் அவர்களுக்குச் சொந்தமாயிருக்கலாம்; அதன் மூலம் இயற்கை அளிக்கும் செல்வம் அனைத்தையும் அவர்களே அனுபவிப்பதற்கு உரிமையிருக்கலாம்; அந்த உரிமையும் சொந்தமும் எங்களுக்கு இல்லாமலிருக்கலாம். ஆனால் எங்களுடைய தயவு அவர்களுக்கு இல்லை யென்றால், அந்த இயற்கைச் செல்வத்தில் கொஞ்சமாவது அவர்கள் அனுபவிக்க முடியுமா?

யாருடைய அனுமதியுமின்றி என் தாயும் நானும் அந்தத் தோட்டத்திலிருந்த ஒரு மாமரப் பொந்தில் வசித்து வந்தோம். எங்களுக்கு அரசன் கிடையாது; சட்டம் கிடையாது; தண்டனையும் கிடையாது.

நாங்கள் அடிமைகளாயிருக்கவுமில்லை; விடுதலை கோரவும் இல்லை.

நாடு எங்களுடையது; காடு எங்களுடையது; கடல் எங்களுடையது; வானம் எங்களுடையது; மலைகள் நதிகளெல்லாம் எங்களுடையவை; மரம், செடி, கொடி எல்லாமே எங்களுடையவைதான்.

'என்னுடையது' என்று நாங்கள் எதையுமே சொல்லிக் கொள்வதில்லை; எல்லைக்கோடு வகுத்துக் கொள்வதில்லை; பத்திரமோ கித்திரமோ எழுதிக் கொள்வதில்லை, ரிஜிஸ்தரோ கிஜிஸ்தரோ பண்ணிக் கொள்வதில்லை; எல்லைச் சண்டை போட்டுக் கொண்டு தொல்லைப்படுவதுமில்லை; கோர்ட்டுக்குப் போய்க் கூப்பாடு போடுவதுமில்லை.

இன்னும் இறந்த காலத்தைக் குறித்து நாங்கள் வருந்துவதில்லை; எதிர்காலத்தைக் குறித்து ஏங்குவதுமில்லை; நிகழ்காலத்தோடு எங்கள் நினைவு நின்றுவிடும். ஆடுவதும் பாடுவதும் ஆனந்தக் கூத்தாடுவது மாகவே எங்கள் பொழுதெல்லாம் கழியும்.

ஆஹா! என்ன அற்புதமான வாழ்வு! எவ்வளவு ஆனந்தமான வாழ்வு!

***

இத்தகைய ஆனந்த வாழ்வுக்கு ஒரு சமயம் பங்கம் நேர்ந்து விட்டது. என்னுடைய அம்மா தேடிக் கொண்டு வந்து கொடுத்த இரையைத் தின்று நான் வளர்ந்து கொண்டிருந்த காலம். அப்போது தான் எனக்கு இறகுகள் முளைத்துக் கொண்டிருந்தன. புதிய இறகு முளைப்பதோடு என் உள்ளத்தில் புதிய உற்சாகமும் பொங்கி வழிந்து கொண்டிருந்தது. பொந்தில் இருந்தபடி வானத்தை எட்டி எட்டிப் பார்ப்பேன். அந்த நீல வானிலே எத்தனை

எத்தனையோ பறவைகள் வட்டமிட்டுப் பறந்து கொண்டிருக்கும். அவற்றைப் பார்க்கும்போதெல்லாம் எனக்கும் பறந்து சென்று அவைகளுடன் கலந்து கொள்ளவேண்டும் போல் தோன்றும். அந்தப் பறவைகள் என்னை 'வா, வா' என்று அழைத்தனவோஎன்னவோ— எனக்குத் தெரியாது; எனக்கு மட்டும் அவை 'வா, வா' என்று என்னை அழைப்பது போலிருக்கும்.

ஒரு நாள் என்னுடைய ஆவலை அம்மாவிடம் தெரிவித்தேன். "அவசரப்படவேண்டாம்; காலம் வரும்போது உன்னுடைய ஆசை நிறைவேறும்" என்று அவள் சொல்லி விட்டாள்.

"காலம் எப்போது வருவது, ஆசை எப்போது நிறைவேறுவது?" என்று எனக்கு ஆத்திரமாயிருந்தது.

அதற்கேற்றாற்போல் அன்று ஒரு சிட்டுக் குருவி, நான் இருந்த மாமரத்துக்கும் பூமிக்குமாக 'ஜிவ், ஜிவ்' என்று பறந்து, 'கீச், கீச்' என்று விளையாடி என்னுடைய ஆத்திரத்தை மேலும் மேலும் கிளப்பி விட்டுக் கொண்டே, இருந்தது.

நான் துணிந்து விட்டேன். "வான வீதிக்கு வேண்டுமானால் போக வேண்டாம்; இந்தச் சிட்டுக் குருவி போல் இங்கேயே மாமரத்துக்கும் பூமிக்குமாகப் பறந்து கொண்டிருந்தால் என்ன?" என்று எண்ணிக் கீழே இறங்குவதற்காகச் சிறகடித்தேன். ஆனால், என்ன ஏமாற்றம்! என்னால் ஓர் அடிகூடப் பறந்து செல்ல முடியவில்லை; 'பொத்'தென்று கீழே விழுந்து விட்டேன்.

உடம்பில் பலமான அடி; வேதனையைத் தாங்க முடியவில்லை என்னால். 'கீ, கீ' என்று கத்த ஆரம்பித்துவிட்டேன்.

அப்போது யாரோ ஒரு சிறுமி அங்கே வந்தாள்—அவள் அந்த பங்களாவில் குடியிருப்பவர்களைச் சேர்ந்தவள்

போலிருக்கிறது—என்னுடைய கதறலைக் கேட்டதும் அவள் நான் இருக்கும் இடத்திற்கு ஓடோடியும் வந்தாள். என்னைக் கண்டதும் அவளுக்கு எங்கிருந்துதான் அவ்வளவு ஆனந்தம் உண்டாகி விட்டதோ, தெரியவில்லை. "அக்கா! கிளி, கிளி, கிளி! அக்கா! கிளி, கிளி, கிளி!" என்று அவள் கத்தினாள்.

உடனே அந்த பங்களாவிற்குள்ளிருந்து இன்னொரு பெண், "எங்கேடி, எங்கேடி?" என்று கேட்டுக்கொண்டே ஓட்டமாய் ஓடி வந்தாள்.

அவ்வளவுதான்; அடுத்த கணம் நான் அவர்களால் கைது செய்யப்பட்டேன்.

என்னுடைய அறியாமையால், ஆத்திரத்தால், அவசரத்தால், எனக்கு இயற்கையாகவே கிடைத்திருந்த சுதந்திரம் அன்று அநியாயமாகப் பறிக்கப்பட்டு விட்டது!

"விடுதலை, விடுதலை, விடுதலை!" என்று நான் கதறும் படியாகிவிட்டது!

அவர்கள் என்னமோ, என்னிடம் எவ்வளவோ அன்பு காட்டத்தான் செய்தார்கள். பழமும் பாலும் பரிந்து பரிந்து ஊட்டினார்கள். அடிக்கொரு தரம் என்னைத் தடவித் தடவிக் கொடுத்தார்கள். ஆத்திரத்தால் நான் 'வெடுக், வெடுக்' கென்று கடிப்பதைக்கூட அன்பினால் முத்தமிடுவதாக அந்த அப்பாவிகள் நினைத்துக் கொண்டார்கள்!

ஆனால் எனக்கோ பழமும் வேண்டியிருக்கவில்லை; பாலும் வேண்டியிருக்கவில்லை. யாருக்குவேண்டும், இந்தப் பழமும் பாலும்?

ஐயோ! நம்மைக் காணாமல் அம்மா எப்படித் தவிக்கிறாளோ!

ஆம், ஆம். அவள் பேச்சைக் கேட்காத நமக்கு இதுவும் வேண்டும், இன்னமும் வேண்டியதுதான்!

இப்படியெல்லாம் என்ன வெல்லாமோ எண்ணி யெண்ணி என் மனம் அலை பாய்ந்தது.

அந்தச் சிறுமிகளோ என்னுடைய சுதந்திர வேட்கையைக் கொஞ்சமாவது பொருட்படுத்தியதாகத் தெரியவில்லை. மேலும் மேலும் ராஜோபசாரம் செய்துகொண்டே இருந்தார்கள்.

என்னுடைய சிறைச்சாலைக்குத்தான் எத்தனை விதமான சிங்காரம்! எத்தனை விதமான வர்ணப் பூச்சு; எத்தனை விதமான பட்டுக் குஞ்சங்கள்!

"ஆஹா! அதன் அழகுதான் அவர்களுக்கு எவ்வளவு ஆனந்தத்தைக் கொடுத்தது!

என்னை அடிமை கொண்ட அவர்களுக்கு வேண்டுமானால் அந்தப் பாழும் சிறைச் சாலை ஆனந்தத்தை அளிக்கலாம்; அடிமைப்பட்ட எனக்கோ? அதைப்பார்க்கும் போதெல்லாம் ஆத்திரம்தானே பற்றிக் கொண்டு வருகிறது!

எனக்கு மட்டும் போதிய பலம் இருந்திருக்குமானால், அதை அன்றே உடைத்தெறிந்து விட்டல்லவா வெளியே வந்திருப்பேன்?

***

வேடிக்கையைக் கேளுங்கள் : அதே பங்களாவில் என்னைப் போல் ஒரு நாயும் வளர்ந்து வந்தது. அதைப் பார்க்கும் போதெல்லாம் எனக்கு ஒரே எரிச்சலாயிருக்கும். அதன் அடிமை வாழ்வில்தான் அதற்கு எவ்வளவு திருப்தி:

"நன்றியுள்ள பிராணி" என்று பெயரெடுக்க வேண்டுமாம், பெயர்! அதற்காக அது தன்னை யார் என்ன சொன்னலும் பொருட்படுத்துவதில்லை. "சீ, நாயே!" என்று எத்தனை முறைதான் விரட்டியடிக்கட்டுமே—இல்லை, செருப்பால்தான் அடித்துத் துரத்தட்டுமே—ஊஹூம், அப்போதும் அது வாலை ஆட்டு ஆட்டு என்று ஆட்டிக் கொண்டு, அவர்களுக்குப் பின்னால் சுற்று சுற்று என்று சுற்றிக் கொண்டு தானிருக்கும். அதற்குச் சுதந்திரமும் வேண்டாம். ஒன்றும் வேண்டாம்; எச்சில் சோறும், எலும்பும், 'நன்றியுள்ள பிராணி' என்ற பட்டமும் கிடைத்தால் போதும்!

சீசீ; அதுவும் ஒரு ஜன்மமா!

அதை அவிழ்த்து வெளியே விடுகிற மாதிரி என்னையும் வெளியே விட்டால்......?

அந்த நாயைப் போல் நான் திரும்பியா வருவேன், அடிமையாயிருக்க? "ஆனந்த சுதந்திரம் அடைந்து விட்டோம்!" என்று ஆகாய வீதியை நோக்கிக் கம்பி நீட்டிவிட மாட்டேனா!

***

அன்றொரு நாள் அந்தச் சிறுமிகள் இருவரும் என்னிடம் வந்து, "ரங்க ரங்க ரங்க ரங்க ரங்கா! அக் கக் கக் கக் கா!" என்று கூச்சலிட்டனர்.

நானும் அப்படியே சொன்னேனோ இல்லையோ, அவர்களுக்கு ஒரே குஷி!

ஏன் தெரியுமா? அவர்கள் எனக்குப் பேசக் கற்றுக் கொடுத்தார்களாம்; நான் உடனே பேசக் கற்றுக்கொண்டு விட்டேனாம்!

என்ன அசட்டுத்தனம்! எனக்கிருந்த வெறுப்பில் நான் அவர்களுக்கு அழகு அல்லவா காட்டினேன்? அதற்குக் கோபித்துக் கொள்வதற்குப் பதிலாக இப்படி ஆனந்தப்படுகிறார்களே!

இப்படி எண்ணி நான் வியந்து கொண்டிருந்த போது "அக்கா! இந்தக் கிளிக்கு இப்போது இறக்கைகள் வளர்ந்து விட்டன; கத்திரிக்கோல் கொண்டு வருகிறேன், வெட்டி விடுகிறாயா?" என்றாள் தங்கை.

எனக்குப் பகீரென்றது. "அடி பாவிகளா!" என்று சபித்தேன்.

நல்ல வேளையாக அக்கா அதற்கு ஒப்பவில்லை. "இறக்கைகள் வளர்ந்த பிறகுதான் கிளி பார்ப்பதற்கு அழகாயிருக்கிறது! அதை வெட்டிவிட்டால் அவலட்சணமாய்ப் போய்விடாதோ?" என்றாள்.

அப்பாடி! 'பிழைத்தேன்!' என்று நான் பெருமூச்சு விட்டேன்.

அந்தப் போக்கிரிப் பெண் அத்துடன் நிற்கவில்லை. "எனக்கென்ன, ஏமாந்தால் என்றைக்காவது ஒரு நாள் அது ஓடிவிடப் போகிறது!" என்று அவள் தன் அக்காவை எச்சரித்தாள்.

"ஏண்டி, இவ்வளவு நாள் நம்மிடம் வளர்ந்த பிறகு அது எங்கேயாவது நன்றி கெட்டதனமாக ஓடி விடுமா?" என்றாள் அக்கா.

ஐயோ, பாவம்! என்னையும் அவள் அந்தக் கேடுகெட்ட நாயுடன் சேர்த்துக் கொண்டாள் போலும்! இவளை நானா என்னிடம் நன்றி காட்டச் சொல்லி அழைத்தேன்? ரொம்ப அழகுதான்!

"கூண்டின் கதவைத் திறந்துதான் பாரேன்; அது நன்றி கெட்டதனமாக நடந்துகொள்கிறதா, இல்லையா என்று!" என்றாள் தங்கை.

அக்காவுக்கு ரோசம், பொத்துக் கொண்டு வந்து விட்டது. "திறந்தால் என்னடி? ஓடிப்போய்விடுமா?" என்று தங்கையிடம் வீம்பு பேசிக் கொண்டே, நான் அத்தனை நாளும் அடைபட்டிருந்த சிறையின் கதவை அவள் அன்று திறந்தே விட்டாள்!

அவ்வளவுதான்; அதற்குப் பிறகு ஒரு நிமிஷமாவது அங்கே தாமதிக்க எனக்குப் பைத்தியமா பிடித்திருக்கிறது? "விடுதலை, விடுதலை, விடுதலை!" என்று கூவிக்கொண்டே எடுத்தேன் ஓட்டம்!

ஆஹா! எத்தனையோ நாட்களுக்குப் பிறகு—எவ்வளவோ கஷ்டங்களுக்குப் பிறகு—நான் கொஞ்சமும் எதிர்பாராத விதமாகக் கிடைத்த விடுதலையில்தான் என்ன இன்பம்! என்ன இன்பம்!

★★★

www.ingramcontent.com/pod-product-compliance
Lightning Source LLC
LaVergne TN
LVHW010051061026
849532LV00004BC/1213
* 9 7 8 8 1 9 8 3 9 6 6 1 7 *